യുക്തിചിന്ത

യുക്തിചിന്ത

രാജഗോപാൽ വാകത്താനം

yukthichintha

•

rajagopal vakathanam

•

first edition
december 2007

•

second edition
september 2009

•

third edition
december 2010

•

fourth edition
march 2017

•

published & typesetting
chintha publishers, thiruvananthapuram

•

cover
black mole

•

വിതരണം

ദേശാഭിമാനി ബുക്ക് ഹൗസ്

H O തിരുവനന്തപുരം-695 035
phone: 0471-2303026, 6063026
www.chinthapublishers.com
chinthapublishers@gmail.com

ബ്രാഞ്ചുകൾ

ഹെഡ്ഡാഫീസ് ബ്രാഞ്ച് കുന്നുകുഴി • സ്റ്റാച്യു തിരുവനന്തപുരം • കെ എസ് ആർ ടി സി ബസ് സ്റ്റേഷൻ ആലപ്പുഴ • കെ എസ് ആർ ടി സി ബസ് സ്റ്റേഷൻ എറണാകുളം • മച്ചിങ്ങൽ ലെയ്ൻ തൃശൂർ • ഐ ജി റോഡ് കോഴിക്കോട് • മാവൂർ റോഡ് കോഴിക്കോട് • എൻ ജി ഒ യൂണിയൻ ബിൽഡിങ് കണ്ണൂർ • സെൻട്രൽ ബസ് ടെർമിനൽ കോംപ്ലക്സ് താവക്കര കണ്ണൂർ

CR - VV. 32 / 1633 / 4158
ISBN - 978-81-26206-06-3

യുക്തിചിന്ത

രാജഗോപാൽ വാകത്താനം

ചിന്ത പബ്ലിഷേഴ്സ്
തിരുവനന്തപുരം-695 035

ഉള്ളടക്കം

യുക്തിയും യുക്തിവാദവും 9

ചിന്തയും ബുദ്ധിയും യുക്തിയും 16

ശാസ്ത്രവും യുക്തിവാദവും 22

അന്ധവിശ്വാസങ്ങളുടെ അയുക്തി 30

ദൈവപരിണാമം 40

നിരീശ്വരവാദവും യുക്തിവാദവും 47

മതവും യുക്തിവാദവും 57

ഭൗതികവാദത്തിന്റെ വികാസം 64

മാർക്സിസവും യുക്തിദർശനവും 75

യുക്തിദർശനത്തിന്റെ ചരിത്രം 79

യുക്തിദർശനത്തിന്റെ പ്രസക്തി ഇന്ത്യയിൽ 85

കേരള നവോത്ഥാനത്തിൽ യുക്തിദർശനത്തിന്റെ പങ്ക് 92

പ്രസാധകക്കുറിപ്പ്

സ്വന്തം ആശയങ്ങൾക്കും അഭിപ്രായങ്ങൾക്കുംവേണ്ടി നിലകൊള്ളാനും സ്വതന്ത്രമായ കാഴ്ചപാടുകൾ നിർഭയം പ്രകടിപ്പിക്കാനും പ്രചരിപ്പിക്കാനും ഈശ്വരവിശ്വാസികൾക്കും നിരീശ്വരവാദികൾക്കും ഒരുപോലെ സ്വാതന്ത്ര്യവും അവകാശവുമുണ്ട്. നിരീശ്വരവാദമായാലും ഈശ്വരവിശ്വാസമായാലും അതിനെ കണ്ണുമടച്ച് പിന്തുടരുവാനുള്ള ബാധ്യത ഒരു ജനാധിപത്യസമൂഹത്തിൽ ആർക്കുമില്ല.

ലോകത്തിന്റെ നന്മ കാംക്ഷിക്കുന്നവർ മാനുഷികമായ യാതൊന്നിനേയും – യാതൊരാശയത്തെയും – അന്യമായി കരുതേണ്ടതില്ല. ഇഷ്ടമുള്ള വിശ്വാസം തെരഞ്ഞെടുക്കാനും നിലവിലുള്ള എല്ലാ വിശ്വാസപദ്ധതികളെയും തള്ളിക്കളഞ്ഞുകൊണ്ട് പുതിയൊരു ആശയവ്യവസ്ഥയ്ക്കും സാമൂഹ്യക്രമത്തിനുംവേണ്ടി പ്രവർത്തിക്കാനും ഏതൊരു വ്യക്തിക്കുമുണ്ടായിരിക്കേണ്ട സ്വാതന്ത്ര്യം ഉറപ്പുവരുത്താൻ ഈ നിലപാട് സഹായകമാകുമെന്നുറപ്പാണ്.

മതദർശനങ്ങളും മതവിമർശകരുടെ ആശയങ്ങളും മനുഷ്യസംസ്കാരത്തിന്റെയും ധൈഷണികപൈതൃകത്തിന്റെയും ഈടുവയ്പുകളാണ്. യുക്തിചിന്തയ്ക്ക് മതവിമർശനവും മതനിഷേധവുമെന്നതിനപ്പുറം ശ്രദ്ധേയവും പ്രസക്തവുമായ ശാസ്ത്ര–സാമൂഹ്യശാസ്ത്ര–ദാർശനിക തലങ്ങളുണ്ടെന്ന് ശ്രീബുദ്ധൻ മുതൽ ടെറി ഈഗിൾട്ടൺ വരെയുള്ള മഹാരഥന്മാരുടെ സംഭാവനകളിൽനിന്ന് മനസിലാക്കാം. ആശയങ്ങളുടെ കൊള്ളക്കൊടുക്കലുകൾ നമ്മുടെ ജീവിതത്തെയും ചിന്തകളെയും കൂടുതൽ മികച്ചതാക്കുമെന്ന് ഞങ്ങൾക്ക് ഉത്തമബോധ്യമുണ്ട്. ആ നിലയിലാണ് യുക്തിദർശനത്തിന്റെ അടിസ്ഥാനതത്വങ്ങൾ വിശദമാക്കുന്ന ശ്രീ. രാജഗോപാൽ വാകത്താനം രചിച്ച ഈ ഗ്രന്ഥം ഞങ്ങൾ വിജ്ഞാന വർഷത്തിലെ നൂറുപുസ്തകങ്ങളിലൊന്നായി തെരഞ്ഞെടുത്തത്.

1

യുക്തിയും യുക്തിവാദവും

വിശക്കുമ്പോൾ ഭക്ഷണം കഴിക്കണമെന്നു തോന്നുന്നത് എന്തു കൊണ്ടാണ്? കാണുന്നതെല്ലാം കഴിക്കണമെന്ന് തോന്നാത്തത് എന്തുകൊണ്ട്? ഭക്ഷണമില്ലെങ്കിലും വെള്ളം കുടിച്ചാൽ തൽക്കാലം വിശപ്പടക്കാമെന്ന് കരുതി പ്രവർത്തിക്കുന്നത് എന്തുകൊണ്ട്? ജൈവികമായൊരു ബോധമെന്നതി നെക്കാൾ വിശപ്പിന്റെ ന്യായചിന്ത തന്നെയാണ് അതിന്റെ ശരിയിലേക്ക് കൊണ്ടെത്തിക്കുന്നത്. അതുതന്നെയാണ് യുക്തി — കേവലമാണെങ്കിലും.

ഇരതേടൽ കാലത്തെ (food gathering period) പ്രാചീന മനുഷ്യർ കൊള്ളാവുന്നതും അല്ലാത്തതുമായവ തിരിച്ചറിഞ്ഞതെങ്ങനെയാവാം? വിഷക്കായ തിന്നുമരിച്ച ജന്തുവിന്റെയോ സഹജീവിയുടെയോ 'അനു ഭവ'ത്തിൽ നിന്നുതന്നെയാകാം ഈ തിരിച്ചറിവുണ്ടായത്. ഇരതേടൽ നിർത്തി, ആഹാരത്തിനു പറ്റിയവ നട്ടുവളർത്താൻ പ്രേരിപ്പിച്ച ഘടക മെന്താവാം? അനുയോജ്യമായതിനെ ഉപയുക്തമാക്കാനുള്ള തിരിച്ചറിവു തന്നെ– അതാണ് യുക്തി.

ചിന്താപദ്ധതികളുടെയൊക്കെ ആശ്രയം യുക്തിതന്നെയാണ്. അംഗീകൃതമായ ഒന്നിൽ നിന്നും മറ്റൊന്നിലേക്ക് പ്രയാണം ചെയ്യുന്ന തിനു പ്രേരിപ്പിച്ചതും യുക്തിയാണെന്നു നിശ്ചയം. പ്രാചീന ഗ്രീക്ക്, ഇന്ത്യൻ ചിന്തകൾക്ക് അടിത്തറയിട്ടത് യുക്തിയാണ്. അത് സത്യാന്വേ ഷണത്തിന്റെ അടിസ്ഥാനമാണ്; അറിവിന്റെ പ്രമാണമാണ്; ശാസ്ത്ര ത്തിന്റെ പ്രാഥമികാശ്രയവുമാണ്.

'യുക്തി'യുടെ വ്യാഖ്യാനം

'ചേർച്ച', 'യോജ്യത', 'കാരണം' എന്നൊക്കെയാണ് 'യുക്തി' എന്ന പദത്തിനർഥം. എന്നാൽ 'യുക്തിദർശനം' ഒരു തത്വശാസ്ത്രമാണ്.

'ഹേതുവാദം', 'കാര്യകാരണാന്വേഷണം' എന്നൊക്കെ വ്യവഹരിക്കാവുന്ന ദർശനമാണത്. ഇംഗ്ലീഷിൽ Rationalism എന്നതിനർത്ഥം, 'Theory that reason is the foundation of certainity in knowledge' എന്നാണ്. അതായത് അറിവിന്റെ നിശ്ചിതത്വത്തിന് അടിസ്ഥാനം കാര്യകാരണ ബോധമാണെന്ന സിദ്ധാന്തമാണ് യുക്തിദർശനം.

ഈ നിർവചനം തീർത്തും പര്യാപ്തമല്ല. കാരണം ആശയവാദികൾ പോലും 'കാര്യകാരണവാദ'ത്തെ തങ്ങളുടെ ശരിയായി അവതരിപ്പിക്കാറുണ്ട്. എന്നാൽ ഒരു തത്വശാസ്ത്രമെന്ന നിലയിൽ യുക്തിദർശനത്തിന് ശാസ്ത്രീയമായ രീതിയും പരിമാണവുമുണ്ട്. 1. അറിവിനും അനുഭവത്തിനും നിരീക്ഷണത്തിനും പരമപ്രാധാന്യം നൽകുന്നു. 2. തെളിവുകളുടെ അടിസ്ഥാനത്തിൽ സത്യത്തെ കണ്ടെത്തുന്നു. 3. അതിനുള്ള മാനദണ്ഡം ശാസ്ത്രമാണ്. 4. ദർശനം പോലെതന്നെ സാമൂഹ്യപരിവർത്തനത്തിനുള്ള ഒരു ഉപാധികൂടിയാണ്. 5. തത്വശാസ്ത്രമെന്നപോലെ ഒരു ജീവിതരീതിയുമാണ്.

'ദർശനം' എന്നാൽ 'ദൃഷ്ടിമാർഗ്ഗേണ ഉണ്ടാകുന്ന ബോധം' ആണ്. അത് പ്രത്യക്ഷജ്ഞാനത്തെയാണ് സാക്ഷീകരിക്കുന്നത്. വിജ്ഞാനശാഖകളിലൂടെ തെളിയുന്ന അറിവുകളെ സാമാന്യവൽക്കരിക്കാനും അവയ്ക്ക് യുക്തി-ശാസ്ത്രഘടന നൽകാനുമേ 'ദർശനം' അഥവാ 'തത്വശാസ്ത്ര'ത്തിന് കഴിയൂ. അതിൽ പരീക്ഷണനിരീക്ഷണങ്ങളുടെ പ്രായോഗിക പരിപാടി കൂടി ചേരുമ്പോൾ യുക്തിവാദമാകും. അതിലൂടെ അറിവിനെ സാക്ഷാൽക്കരിക്കുകയാണ് ചെയ്യുന്നത്.

ജ്ഞാനത്തിന്റെ യുക്തി

'അറിവ്' എന്നത് പ്രപഞ്ചവുമായുള്ള ഇടപെടലിലൂടെ ആർജ്ജിക്കുന്നതെന്തോ അതാണ്. അഥവാ ഭൗതിക പ്രകൃതി മനുഷ്യപഞ്ചേന്ദ്രിയങ്ങളിലേൽപ്പിക്കുന്ന അനുഭവമാണ്. അത് പ്രകൃതിയും മനുഷ്യനും തമ്മിലുള്ള വൈരുധ്യം കുറയ്ക്കുന്നു. രാത്രി എന്ന പ്രകൃതി യാഥാർത്ഥ്യത്തിൽ നിന്നാണ് ഇരുട്ടകറ്റാനുള്ള വഴിയെക്കുറിച്ചുള്ള ചിന്ത ഉണ്ടാകുന്നത്. 'ഗ്രഹണം' എന്താണ് എന്ന് അറിയുന്നതിലൂടെയാണ് ഗ്രഹണസമയത്തുണ്ടാകുന്ന അവസ്ഥയെ നേരിടാൻ കഴിയുന്നത്. എന്ത് ആഹരിക്കാം എന്ത് ആയിക്കൂട എന്ന യാഥാർത്ഥ്യബോധം ഉണ്ടാകുന്നതും പ്രകൃതിയുമായുള്ള സമ്പർക്കത്തിലൂടെത്തന്നെയാണ്.

'ഉണ്മ' (ഉണ്ട് എന്ന പ്രാഥമിക സങ്കൽപ്പം) ആണ് ജ്ഞാനത്തിന്റെ ആരംഭം. പ്രപഞ്ചം ഉണ്ട്/നിലനിൽക്കുന്നു എന്ന അറിവിൽ നിന്നാണ് അതിന്റെ വിശദാംശങ്ങളിലേക്കുള്ള അന്വേഷണം ചെന്നെത്തുന്നത്. ആ അറിവാണ് നിലനിൽപ്പിനു നിദാനമായി വർത്തിക്കുന്നത്. അതു വസ്തുനിഷ്ഠ യാഥാർത്ഥ്യമായിരിക്കും. സാങ്കൽപ്പികമായ ചിന്തയിലൂടെ സ്വതന്ത്രലോകത്തെ സൃഷ്ടിച്ചെടുക്കാൻ ഈ അറിവു സഹായകരമാകും. ആകാശത്തുകൂടി പറന്നുനടക്കുകയെന്ന സങ്കൽപ്പനത്തിൽ നിന്ന്, പറ

ക്കുന്ന ജീവികളെപ്പറ്റി സവിശേഷമായി പഠിച്ചുകൊണ്ടാണ് വിമാനത്തെപ്പറ്റിയുള്ള ജ്ഞാനം സൃഷ്ടിച്ചത്. സഹജബോധത്തിലുപരി, അചേതനങ്ങളെപ്പോലും പ്രയോജനപ്പെടുത്തി പുതിയതിനെ സൃഷ്ടിച്ചെടുക്കാൻ ഈ അറിവ് പര്യാപ്തമാകുന്നു. കടലാസുമായി പുലബന്ധം പോലുമില്ലാത്ത പദാർഥങ്ങളിൽ നിന്നാണ് കടലാസുണ്ടാക്കുന്നതെന്നത് ഇതിനുദാഹരണമാണ്.

എന്നാൽ കേവലജ്ഞാനം ശരിയാകണമെന്നില്ല. ജന്തുക്കൾക്കൊക്കെ ഇന്ദ്രിയഗോചരമായ ജ്ഞാനമുണ്ട്. പക്ഷേ മനുഷ്യരെപ്പോലെ പ്രായോഗികമാക്കാൻ അവയ്ക്കു കഴിയുന്നില്ല. തലച്ചോറിന്റെ വികാസം മാത്രമല്ല കാരണം; യുക്തിയുടെ പ്രയോഗം കൂടിയാണ്. പരീക്ഷണ നിരീക്ഷണങ്ങളുടെ വിവേകബുദ്ധിയാണ് ഇവിടെ പ്രശ്നം.

ഭൂമി കറങ്ങുന്നു എന്ന ഗലീലിയോ സിദ്ധാന്തത്തിന് ഒരു മനുഷ്യായുസ്സിന്റെ നിരീക്ഷണചരിത്രമുണ്ട്. എങ്ങനെ, എന്തുകൊണ്ട് എന്നതൊക്കെ പിന്നീട് വികസിച്ച ജ്ഞാനമാണ്. അറിവിനെ യുക്തിയുടെ ഉരകല്ലിൽ പരിശോധിച്ചാണ് ഗലീലിയോ സിദ്ധാന്തമവതരിപ്പിച്ചത്. കേവലമായ 'ബോധോദയം' ആയിരുന്നില്ല അത്. പരീക്ഷണ നിരീക്ഷണങ്ങളിലൂടെയുള്ള നിരന്തര പ്രയത്നമായിരുന്നു. സത്യത്തെ തിരിച്ചറിയാനുള്ള അന്വേഷണ പ്രത്യയശാസ്ത്രമായി 'യുക്തിദർശനം' മാറുന്നത് അങ്ങനെയാണ്.

ജ്ഞാനം എങ്ങനെയാണ് ആർജ്ജിക്കുന്നത്? അതിന്റെ പദ്ധതിയെന്താണ്? സത്തയിലേക്ക് കൊണ്ടെത്തിക്കുന്നതിൽ സഹായകരമാകുന്നത് അനുഭവങ്ങളാണ്.

അനുഭവത്തിന്റെ യുക്തി

ജ്ഞാനമണ്ഡലത്തിന്റെ മാറ്റുരയ്ക്കപ്പെടുന്നത് അനുഭവങ്ങൾ കൊണ്ടാണ്. അവ ഇന്ദ്രിയപരങ്ങളാണ്. എന്നാൽ കേവലമായ 'അനുഭവം' അറിവിന്റെ ആണിക്കല്ലാകണമെന്നില്ല. ഒരു മാജിക്കുകാരൻ കൈവെട്ടുന്നതും, തലവെട്ടുന്നതുമൊക്കെ കാണുന്നവർക്ക് അത് യാഥാർഥ്യമായി തോന്നാം. സ്വന്തം കണ്ണുകളെ അവിശ്വസിക്കേണ്ടതില്ല. പക്ഷേ ഈ 'അനുഭവം' തികഞ്ഞ അയഥാർഥമാണ്. അതുകൊണ്ട് അനുഭവങ്ങളെപ്പോലും യുക്തികൊണ്ടു പരിശോധിക്കേണ്ടതുണ്ട്.

ഇന്ത്യൻദർശനങ്ങളിൽ ഏറെ ചർച്ച ചെയ്യപ്പെട്ടിട്ടുള്ള വിഷയമാണ് അനുഭവം. പ്രത്യക്ഷം, അനുമാനം, ഉപമാനം, ശാബ്ദം, അർഥാപത്തി, അനുപലബ്ധി തുടങ്ങിയ പ്രമാണങ്ങളെപ്പറ്റി വിവിധ ദർശനങ്ങൾ വിലയിരുത്തുന്നു. ചാർവ്വാക ദർശനമാകട്ടെ ഇതിൽ 'പ്രത്യക്ഷ'ത്തെ മാത്രമേ പ്രമാണമായി അംഗീകരിച്ചിട്ടുള്ളൂ. അറിവിനു വിഷയീഭവിക്കുന്നതെല്ലാം പ്രമേയമാണെങ്കിലും പ്രത്യക്ഷത്തോളം ആധികാരികമല്ല മറ്റുള്ളവ. അനുഭവത്തെ സംബന്ധിച്ച് അംഗീകൃതമായ പ്രമേയങ്ങൾ ആദ്യത്തെ നാലെണ്ണമാണ്.

1. പ്രത്യക്ഷം : ജ്ഞാനേന്ദ്രിയങ്ങളിലൂടെ നേരിട്ടു ലഭിക്കുന്ന അറിവ്. ഇത് നൂറു ശതമാനവും ശരിയായിരിക്കണമെന്നില്ല; ആപേക്ഷികമായിരിക്കും. ഏറെ തെറ്റിദ്ധരിക്കപ്പെടാവുന്ന അറിവുമാണ്. ഒരാൾക്ക് ഒരേ സമയം വ്യത്യസ്തമായ അനുഭവം ഉണ്ടാകാം. ഒരു കൈ തണുത്ത വെള്ളത്തിലും മറുകൈ ചൂടുവെള്ളത്തിലും മുക്കിപ്പിടിക്കുക. രണ്ടു കൈകളും ഒരുമിച്ചെടുത്ത് നല്ല ചൂടുള്ള വെള്ളത്തിൽ മുക്കിയാൽ, തണുത്ത വെള്ളത്തിലിരുന്ന കൈയ്ക്ക് കൂടുതൽ പൊള്ളൽ അനുഭവപ്പെടും.

പനിയുള്ളയാൾക്ക് രുചി തോന്നാത്തതും, കുഷ്ഠരോഗിക്ക് സ്പർശനം അനുഭവപ്പെടാത്തതും, മരവിച്ചിരിക്കുന്ന കൈ പൊള്ളലറിയാത്തതും, ബസ്സു കാത്തുനിൽക്കുന്നവൻ 'ഇരമ്പം' കേൾക്കുന്നതുമൊക്കെ പ്രത്യക്ഷജ്ഞാനത്തിന്റെ ആപേക്ഷികതയെ തെളിയിക്കുന്നു. അതുകൊണ്ട് 'ഞാൻ കണ്ടാലേ വിശ്വസിക്കൂ', കൊണ്ടാലേ അറിയൂ' എന്ന നിർബന്ധം ജ്ഞാനാർജ്ജനത്തിന്റെ ശരിയായ പാതയല്ല.

ചാർവ്വാക മതമനുസരിച്ച് പ്രത്യക്ഷം 'ബാഹ്യ'മെന്നും 'ആന്തര' മെന്നും രണ്ടുവിധമുണ്ട്. ബാഹ്യേന്ദ്രിയസഹായങ്ങളാൽ നേടുന്ന അറിവാണ് ബാഹ്യം. മനോഗുണങ്ങളെന്നു പറയപ്പെടുന്ന സുഖദുഃഖാദികളുടെ അനുഭവമാണ് ആന്തരം.

2. അനുമാനം: പ്രത്യക്ഷത്തിലറിയാത്തതിനെ അനുമാനിക്കലാണ് ഇത്. 'പുകയുണ്ടെങ്കിൽ തീയുണ്ട്' എന്ന നിഗമനമാണ് ഇതിന് ഏറ്റവും നല്ല ഉദാഹരണം. എന്നാൽ തീയില്ലാതെ തന്നെ പുകയുണ്ടാകാം. ചുട്ടുപഴുത്ത ഇരുമ്പിൽ തീയുടെ അംശമുണ്ട്. പക്ഷേ അവിടെ പുകയില്ല. കണ്ണീരു കണ്ടിട്ട് 'കരയുകയായിരുന്നു' എന്നു നിഗമിച്ചാൽ ആ അനുഭവത്തിന്റെ ആധികാരികത അംഗീകൃതമല്ല. ഏറെ തെറ്റിദ്ധരിക്കപ്പെടുന്ന അനുഭവമാണിത്.

3. ഉപമാനം : സാദൃശ്യത്തിലധിഷ്ഠിതമായ പ്രമാണമാണിത്. താരതമ്യത്തിലൂടെ അറിവിലേക്കെത്തുന്ന ഈ രീതിയും ആധികാരികമല്ല. ഒരേ മുഖച്ഛായയുള്ളവരെ കണ്ടിട്ട് അവർ സഹോദരങ്ങളാണ് എന്നു നിശ്ചയപ്പെടുത്തിയാൽ അത് എപ്പോഴും ശരിയായിരിക്കണമെന്നില്ല. പുലിയെ കണ്ടിട്ടില്ലാത്തയാളോട്, അതു പൂച്ചയെപ്പോലിരിക്കും എന്നു പറയുന്നതിലെ പരിമിതിയാണിത്. അറിഞ്ഞ ഒന്നിന്റെ അടിസ്ഥാനത്തിൽ അറിയാത്ത ഒന്നിനെ അറിയാനുള്ള ശ്രമം പരിഹാസ്യമാണെന്നാണ് ചാർവാകമതം. 'ആനപോലൊരു സ്ത്രീ' എന്നൊക്കെ പറയുന്നത് ഒരു പ്രമാണമേയല്ല എന്നാണഭിപ്രായം.

4. ശാബ്ദം : കേട്ടറിവിന്റെ പ്രമാണമാണിത്. ഇവയും അനുമാനങ്ങളോ നിഗമനങ്ങളോ മാത്രമേ ആകുന്നുള്ളൂ. സത്യം പറയുന്ന വ്യക്തിയുടെ വചനമാണ് ശാബ്ദം. പക്ഷേ സത്യം പറയുന്നവരെത്രയുണ്ട്, അഥവാ സത്യം എന്താണ് എന്നതുകൊണ്ടുതന്നെ ആധികാരികമായ ഒരു പ്രമാണമല്ല ഇത്.

ചുരുക്കത്തിൽ നേരിട്ടു കാണുന്നതും കേൾക്കുന്നതും പോലും തെറ്റിദ്ധരിപ്പിക്കുന്നവയാണ്; അറിവിന്റെ അടിസ്ഥാനപ്രമാണങ്ങളല്ല അവ. ആപേക്ഷികമായ അനുഭവങ്ങളെ ജ്ഞാനമാർഗ്ഗത്തിന്റെ പ്രമാണമാക്കാൻ യുക്തി തന്നെ വേണ്ടിവരുന്നു. സത്യം കണ്ടെത്താൻ അനുഭവങ്ങൾ ആശ്രയിക്കുന്നത് യുക്തിയെത്തന്നെയാണ്. ഏതൊരു ജാലവിദ്യക്കും ഒരു 'മറവ്' ഉണ്ടാകുമെന്ന യുക്തി മാജിക്കുകാരന്റെ 'പ്രത്യക്ഷ'തയെ അവിശ്വസിക്കുന്നതിൽ എത്തുന്നു. ആത്യന്തിക യാഥാർത്ഥ്യത്തിലേക്കെത്താൻ യുക്തി തന്നെയാണ് മാർഗ്ഗം. അതിന് ശാസ്ത്രത്തിന്റെ സഹായം കൂടി വേണമെന്നു മാത്രം.

സത്യവും യുക്തിയും

കാണുന്നതെല്ലാം സത്യമല്ല; അറിയുന്നവയൊക്കെ സത്യമല്ല. വസ്തുനിഷ്ഠമായതെന്തോ അതാണ് സത്യം. അഥവാ പദാർഥമാണ് സത്യം. ആത്മനിഷ്ഠമായവയും, ചിന്തയും മനോഭ്രമങ്ങളും ബോധോദയവുമൊന്നും സത്യമല്ല. 'ഏറ്റവും വിജയകരമായി അനുഭവപ്പെടുന്ന തത്വമെന്തോ അത് സത്യമാകുന്നു' എന്നാണ് പ്രയോഗവാദം (Pragmatism) സിദ്ധാന്തിക്കുന്നത്. ഇത് ആത്മീയവാക്കുകൾ അവതരിപ്പിക്കുന്ന ആശയവാദം മാത്രമാണ്. പാരമ്പര്യതർക്കത്തിന്റെ കേവലന്യായം മാത്രം.

മരണം ഒരു വസ്തുനിഷ്ഠ യാഥാർഥ്യമാണ്. ജനിച്ചവരൊക്കെ മരിക്കും. മരണാനന്തരം എന്തുണ്ടാകുമെന്ന് എത്രയാവർത്തിച്ചാലും അതു വസ്തുനിഷ്ഠമല്ല. മരണം ഒരു വിശേഷ ജ്ഞാനമാകയാൽ മരിക്കുമോ എന്നറിയാൻ ആരും അതു ചെയ്തുനോക്കേണ്ടതുമില്ല.

യഥാർഥത്തിൽ സാമൂഹ്യവും ചരിത്രപരവുമായ അനുഭവങ്ങളിൽ നിന്നും പ്രായോഗിക പ്രവർത്തനങ്ങളിൽ നിന്നും ഉയർന്നുവരുന്ന അറിവാണ് സത്യം. അതൊരു പ്രക്രിയ (process) ആണ്. ഭൗതികപ്രപഞ്ചത്തിന്റെ വാസ്തവിക സത്ത (essence) ആണ്. പ്രപഞ്ചത്തെ സംബന്ധിച്ച ശാസ്ത്രീയ ജ്ഞാനവികാസം സത്യമാണ്. അനന്തപ്രപഞ്ചത്തിലെ അവസാനിക്കാത്ത സവിശേഷതകൾ മനുഷ്യബോധമണ്ഡലത്തിൽ പ്രതിബിംബിക്കുന്നതാണ് ഈ പ്രക്രിയ. ഭൂമിയുടെ പരപ്പിനെപ്പറ്റി അമ്പരന്നു നിന്നിടത്തു നിന്നാണ് അതിന്റെ ഗോളാകൃതിയെപ്പറ്റിയും ചലനത്തെപ്പറ്റിയുമുള്ള യാഥാർഥ്യങ്ങൾ അനാവരണം ചെയ്യപ്പെട്ടത്. ഗ്രഹങ്ങളെപ്പറ്റിയും ചലനത്തെപ്പറ്റിയുമുള്ള അന്വേഷണങ്ങൾ ഇന്നും അവസാനിച്ചിട്ടില്ല. സത്തകളെപ്പറ്റിയുള്ള പഠനങ്ങൾ ആത്യന്തികവുമല്ല. ആത്മീയവാദം പറയുന്ന മായാവാദം പോലെ 'ഇതാണു സത്യം' എന്നു പറഞ്ഞ് അവസാനിപ്പിക്കാവുന്നതല്ല വസ്തുനിഷ്ഠ യാഥാർഥ്യം.

സത്യം കണ്ടെത്തുക എന്നത് ആത്മനിഷ്ഠമാണ് (ആത്മീയമല്ല). ആത്മനിഷ്ഠ-വസ്തുനിഷ്ഠ വൈരുധ്യബന്ധത്തിന്റെ വിശകലനം സത്യം കണ്ടെത്താനുള്ള ശ്രമമാണ്. അതു ശാസ്ത്രീയമാണ്; തദ്വാരാ യുക്തി

ബോധവുമാണ്. തത്വശാസ്ത്രത്തിലെ പക്ഷ–പ്രതിപക്ഷ ബന്ധം തന്നെയാണിത്. അതിലൂടെയാണ് പ്രമാണത്തിൽ എത്തുന്നത്.

ഭൂമിയെപ്പറ്റിയുള്ള മതവിശ്വാസപരമായ നിലപാട് ഒരു 'പക്ഷം' (thesis) ആണ്. ജ്യോതിശാസ്ത്രത്തിലെ തത്സംബന്ധിയായ പ്രശ്നങ്ങൾ പ്രതിപക്ഷം' (Anti thesis) ആണ്. ഇതിലെ വൈരുധ്യങ്ങൾ പരിഹരിക്കുമ്പോൾ പ്രമാണത്തിൽ (synthesis) എത്തിച്ചേരും. 'സൃഷ്ടിച്ചു' എന്ന സങ്കൽപ്പം തന്നെയെടുക്കുക. സൃഷ്ടിക്കാൻ പദാർഥം വേണം, അതു സ്ഥിതി ചെയ്യാൻ ആകാശം (Space) വേണം, സൃഷ്ടിക്കുന്നയാളിന് ഭാവനയും ഇച്ഛയും വേണം. 'ഒന്നുമില്ലാതിരുന്നിടത്തു' നിന്ന് ദൈവത്തിന് ഇതൊക്കെ എങ്ങനെ എവിടെനിന്നു ലഭിച്ചു, അതിന്റെ ചോദനയെന്തായിരുന്നു എന്നതിനെപ്പറ്റിയൊന്നും വ്യക്തമല്ല. സൃഷ്ടിക്കു മുമ്പത്തെ അവസ്ഥയെന്തായിരുന്നു, അതെന്നായിരുന്നു തുടങ്ങിയ 'പ്രതിപക്ഷ'ത്തിന് മറുപടിയില്ല. അതുകൊണ്ടുതന്നെ 'സൃഷ്ടി' അസത്യമാണ്.

സത്യാന്വേഷണത്തിന് കേവലയുക്തിയും വിശകലനവും മാത്രം മതിയാവില്ല. നിരീക്ഷണ പരീക്ഷണങ്ങൾ വേണം. സംശയിക്കലും ചോദ്യം ചെയ്യലും വേണം. അറിവില്ലാത്ത ഒന്നിനെപ്പറ്റി പറയുന്നതു തന്നെ അയുക്തവും നിരർഥകവുമാണെന്ന് മനസ്സിലാക്കണം. അസാധ്യമായതിനെപ്പറ്റിയുള്ള വീമ്പിളക്കലും നിരർഥകമാണ്. വസ്തുനിഷ്ഠതയ്ക്കു മാത്രമേ യുക്തിയുള്ളൂ. ബർട്രാന്റ് റസ്സൽ വ്യക്തമാക്കിയതുപോലെ അസ്ഥിരമായ പ്രമാണത്തിൽ നിന്ന് (proposition) തെറ്റായ സിദ്ധാന്തങ്ങളേ ഉണ്ടാവുകയുള്ളൂ.

പരമസത്യം ഈശ്വരനാണെന്നോ ബ്രഹ്മമാണെന്നോ ആത്മാവാണെന്നോ ഒക്കെ തരാതരം പോലെ ആത്മീയവാദികൾ പറയും. മേൽ സൂചിപ്പിച്ച പക്ഷപ്രതിപക്ഷ ന്യായവാദങ്ങൾ ഇവയ്ക്കില്ല. കേവലമായ നിഗമനങ്ങൾ (Hypothesis) മാത്രമാണവ.

വസ്തുനിഷ്ഠ യാഥാർഥ്യമനുസരിച്ച് പരമമായ സത്യം (absolute truth) ഇല്ല. പരിപൂർണ്ണം എന്നത് അബദ്ധമാണ്. ആത്യന്തികമായതൊന്നും ഇല്ല. എല്ലാം ആപേക്ഷികമാണ്. സത്യം വസ്തുനിഷ്ഠമായിരിക്കുമ്പോൾ തന്നെ ആപേക്ഷികവുമാണ്.

'ഭൂമിയിൽ ഇപ്പോൾ പകലാണ്' എന്നു പറഞ്ഞാൽ അതു സത്യമല്ല. ഭൂമിയുടെ പകുതിഭാഗത്ത് പകലായിരിക്കുമ്പോൾ മറുഭാഗത്ത് രാത്രിയാണ്. ഇന്ത്യയിൽ പകലായിരിക്കുമ്പോൾ അമേരിക്കയിൽ രാത്രിയായിരിക്കും. അതുകൊണ്ട് അമേരിക്കയെ അപേക്ഷിച്ച് ഇന്ത്യയിൽ പകലാണ് എന്നു പറയുന്നതാണ് സത്യം. 'സൂര്യൻ ഉദിക്കുന്നു', 'ചന്ദ്രൻ അസ്തമിക്കുന്നു' എന്നൊക്കെ പറയുന്നതും ഇതുപോലെതന്നെ. സൂര്യനും ചന്ദ്രനും എങ്ങും പോകുന്നുമില്ല; വരുന്നുമില്ല. ഭൂമിയുടെ ദിനചലനം മൂലം അവയെ കാണാതെ വരുന്നു എന്നതാണ് യാഥാർഥ്യം. നാം അവയെ കാണാത്തതിന്, അവ അസ്തമിക്കുന്നു എന്നു പ്രഖ്യാപിക്കുകയാണ്. ഇതെല്ലാം ആപേക്ഷികം തന്നെയാണ്.

പയർമണി കിളിർക്കും. പക്ഷേ വെറുതെ പാറപ്പുറത്തിട്ടാലോ അറയിലിട്ടാലോ കിളിർക്കില്ല. അതിന് ഉപയുക്തമായ ഈർപ്പവും മണ്ണും ലഭിക്കുമ്പോഴാണ് അത് കിളിർക്കുക. അതുകൊണ്ടുതന്നെ മേൽ പ്രസ്താവങ്ങളൊക്കെ ആപേക്ഷികമാണ്. സാമൂഹ്യജീവിതത്തിൽ നിറഞ്ഞുനിൽക്കുന്നതും ഈ ആപേക്ഷികതയാണ്. ഒരാൾ സുന്ദരനാണ്, പൊക്കമുള്ളവനാണ്, മിടുക്കനാണ് എന്നൊക്കെ പ്രസ്താവിക്കുന്നത് മറ്റൊരാളെ അപേക്ഷിച്ചു മാത്രമാണ്; അല്ലാതെ മേൽഗുണങ്ങൾക്കൊന്നും ആത്യന്തികമായ ഒരു പ്രമാണം ഉണ്ടായിട്ടില്ല.

സത്യത്തെ കണ്ടെത്താനുള്ള വഴി ശാസ്ത്രത്തെ പ്രയോഗിക്കലാണ്. ശാസ്ത്ര മാനദണ്ഡങ്ങൾക്കനുസരിച്ചുള്ള നിരീക്ഷണപരീക്ഷണങ്ങൾ വേണം. ശാസ്ത്രം വികസിതമല്ലാതിരുന്ന കാലത്ത് തത്വശാസ്ത്രമാണ് കാര്യങ്ങൾ വിശദീകരിച്ചിരുന്നത്. പ്ലേറ്റോയുടെയും അരിസ്റ്റോട്ടിലിന്റെയും സിദ്ധാന്തങ്ങൾ മധ്യകാലം വരെ ശാസ്ത്രമായിത്തന്നെയാണ് കണക്കാക്കിയിരുന്നത്. ശാസ്ത്രത്തോളം സമഗ്രമായും സൂക്ഷ്മമായും എത്തിച്ചേരാൻ തത്വശാസ്ത്രത്തിനു കഴിയില്ല. എന്നാൽ ശാസ്ത്രത്തിനു വിശദീകരിക്കാൻ കഴിയാത്തത് വ്യക്തമാക്കാൻ തത്വശാസ്ത്രത്തിനു കഴിയും. യുദ്ധത്തിൽ എങ്ങനെ കൊല്ലാം, എങ്ങനെ പ്രതിരോധിക്കാമെന്നൊക്കെ ശാസ്ത്രം കണ്ടെത്തും. എന്നാൽ എന്തുകൊണ്ട് മനുഷ്യൻ മനുഷ്യനെ കൊല്ലുന്നു എന്നു വ്യക്തമാക്കാൻ തത്വശാസ്ത്രത്തിനേ കഴിയുകയുള്ളൂ.

സത്യത്തെ സംബന്ധിക്കുന്ന ഈ പരിമാണങ്ങൾക്കൊന്നിനും ആശയവാദത്തിൽ ഇടമില്ല. അത് അടഞ്ഞ അധ്യായമാണ്. ശാസ്ത്രം എത്ര വിശദീകരിച്ചാലും, ആത്മീയവാദികളുടെ ഭൂമി പരന്നതും ഏഴുമടക്കുള്ളതും, അതിനുമീതെ തട്ടിൻപുറം പോലെ സ്വർഗ്ഗവുമുണ്ട്. അതിന്റെ 'ആധികാരികത' 'സത്യ'വേദ പുസ്തകങ്ങളാണ്. അതും മനുഷ്യവിരചിതമാണെന്നു പോലും അവർ മറന്നുപോകുന്നു. യുക്തിയുടെ വാതിലുകൾ ബോധപൂർവം കൊട്ടിയടയ്ക്കുകയാണ് അവർ. മതത്തിൽ അപ്രമാദിത്വങ്ങളാണുള്ളത്. യുക്തിവാദത്തിന് ദർശനമുണ്ട്, ശാസ്ത്രമുണ്ട്, നിരീക്ഷണവും പരീക്ഷണവും വിശകലനവുമുണ്ട്. അതു ശാസ്ത്രസാമൂഹ്യ വളർച്ചയ്ക്ക് അനുരോധവും അനുപൂരകവുമാണ്. സാമൂഹ്യവികാസത്തിന്റെ സിദ്ധാന്തമാണ്. അതുകൊണ്ടുതന്നെ യുക്തിവാദം വളർച്ചയുടെ പ്രത്യയശാസ്ത്രമാണ്.

2

ചിന്തയും ബുദ്ധിയും യുക്തിയും

'യുക്തിബോധമുള്ള മൃഗം' എന്നാണ് അരിസ്റ്റോട്ടിൽ മനുഷ്യനെ വിശേഷിപ്പിച്ചത്. ജീവശാസ്ത്രപരമായി മനുഷ്യനു നൽകിയിട്ടുള്ള പേരും ഏതാണ്ടതാണ് – ഹോമോ സാപിയൻസ് – ചിന്തിക്കുന്ന മൃഗം. മനുഷ്യന്റെ നാനാവിധമായ ശേഷികളുടെ അടിസ്ഥാനം അവന്റെ മസ്തിഷ്കമാണ്. 1200–1500 സി സിയാണ് തലച്ചോറിന്റെ വ്യാപ്തം. മനുഷ്യനെക്കാൾ വലിയ ജീവിയായ ചിമ്പാൻസിയുടെ തലച്ചോറിന്റേത് 350–450 സി സിയാണ്. പരിണാമത്തിന്റെ വിവിധ ഘട്ടങ്ങളിലൂടെ മനുഷ്യൻ ആർജ്ജിച്ച മസ്തിഷ്ക വികാസമാണ് അവന്റെ ചിന്തയ്ക്കും വിവേകത്തിനും ബോധത്തിനും ഒക്കെ നിദാനമായത്.

ചിന്തയുടെ വികാസം

പരിണാമത്തിന്റെ സവിശേഷ ഘട്ടത്തിൽ നാലു കാലിൽ നിന്ന് രണ്ടു കാലിലേക്ക് എഴുന്നേൽക്കുകയും, കൈകൾ സ്വതന്ത്രമാവുകയും, ഉപകരണങ്ങളും ആയുധവുമുണ്ടാക്കാൻ ആ കൈകൾ ഉപയോഗിക്കപ്പെടുകയും ചെയ്തു. കൂട്ടായ നിർമാണപ്രവർത്തനത്തിൽ ഏർപ്പെട്ടവർക്ക് ആശയവിനിമയം ആവശ്യമായതോടെ ഭാഷ ജനിച്ചു. ജീവിതത്തിൽ അധ്വാനം അനിവാര്യമായപ്പോൾ ആയുധങ്ങളും വേട്ടയാടലും ഉണ്ടായി. മാംസഭക്ഷണം നിരന്തരമായതുകൊണ്ട് തലച്ചോറിന്റെ വികാസം സ്വാഭാവികമായി. എന്തെങ്കിലും ക്രിയാത്മകമായി ചെയ്യണമെങ്കിൽ അതേപ്പറ്റി ഒരു രൂപം സൃഷ്ടിക്കേണ്ടിവരുന്നു. ഇതിന് തലച്ചോറിൽ ചില പ്രക്രിയകൾ രൂപംകൊള്ളുന്നു — ബോധത്തിനു പ്രസക്തിയായി. ആവശ്യങ്ങൾക്കു പകരം ചിന്തയുടെ വെളിച്ചത്തിൽ വിശദീകരിക്കാൻ ശ്രമിച്ചു. വേട്ടയാടി മാംസം കണ്ടെത്തുന്നതിനെക്കാൾ മൃഗത്തെ

ഇണക്കി വളർത്താൻ തുടങ്ങി. അങ്ങനെ സാമൂഹ്യജീവിതവുമായി ബന്ധപ്പെട്ട് ചിന്തയും ബോധവും രൂപപ്പെട്ടു.

അമൂർത്ത ബന്ധങ്ങൾ അനുയോജ്യവും പരസ്പരബദ്ധവുമായി രൂപംകൊള്ളുന്നതാണ് ചിന്ത. സമൂഹോൽപ്പന്നമായ ഭാഷയുടെ സഹായത്തോടെ നേരിട്ട് അനുഭവപ്പെടാത്ത വസ്തുക്കളെയും സംഭവങ്ങളെയും പ്രതിനിധീകരിക്കുന്ന ആശയങ്ങൾ തന്നെയാണ് ചിന്ത.

മസ്തിഷ്കത്തിന്റെ സവിശേഷത കൊണ്ടു മാത്രം മനുഷ്യൻ ചിന്തിക്കുന്നവനും യുക്തിബോധമുള്ളവനുമാകുന്നില്ല. തലമുറകളിലൂടെ സമ്പാദിച്ച അനുഭവപാഠങ്ങളും ഭാഷയും അവന് ഒരു സംസ്കാരം നൽകി. ഈ സംസ്കാരത്തിന്റെ അടിത്തറ സമൂഹമാണ്. പരിതഃസ്ഥിതി അഥവാ സമൂഹം വ്യക്തിയുടെ ചിന്താപദ്ധതിയെ നിയന്ത്രിക്കുകയും സ്വാധീനിക്കുകയും ചെയ്യുന്നു. എത്ര ചിന്തിക്കുന്നവനായാലും ഒരു ദ്വീപിൽ ഒറ്റയ്ക്ക് അകപ്പെട്ടാൽ അയാളൊരു കാടനായി അധഃപതിക്കുകയേയുള്ളൂ എന്നത് ഇതിന്റെ ദൃഷ്ടാന്തമാണ്. ജൈവിക സ്വഭാവങ്ങൾക്കു പുറമേ സമൂഹത്തിലൂടെ സന്നിവേശിപ്പിക്കപ്പെടുന്ന സാംസ്കാരികപാരമ്പര്യവും വ്യക്തിയുടെ വികാസത്തെ (തകർച്ചയേയും) സ്വാധീനിക്കുന്നു. (എല്ലാവരും ജനിക്കുന്നത് ഒരുപോലെയാണെങ്കിലും വിവിധ മതക്കാരും ആചാരാനുഷ്ഠാനക്കാരുമായി മാറുന്നത് ഇതിന് തെളിവാണ്) ബുദ്ധിപരമായ പ്രവർത്തനത്തിലൂടെ, ഭാഷയുടെ മാധ്യമത്തിലൂടെയാണ് വ്യക്തി സാംസ്കാരിക പാരമ്പര്യത്തെ സ്വാംശീകരിക്കുന്നത്. അതായത് ഒരു വ്യക്തിയുടെ ഇഷ്ടാനിഷ്ടങ്ങളുടെ ഉൽപ്പന്നമല്ല ചിന്ത. മൊത്തത്തിൽ നിലനിൽക്കുന്ന സാമൂഹ്യസാമ്പത്തിക ബന്ധങ്ങളുടെയും അവയ്ക്കു നിദാനമായ സാഹചര്യങ്ങളുടെയും പ്രതിഫലനമാണത്. അവർ ജീവിക്കുന്ന ഭൗതികപരിതഃസ്ഥിതിയാണ് അവരുടെ ആശയങ്ങളെ നിർണ്ണയിക്കുന്നത്. 25 വർഷം മുമ്പ് 'കംപ്യൂട്ടർ' എന്നൊന്നിനെപ്പറ്റി ചിന്തിക്കാൻ കഴിയാതിരുന്നത് അക്കാലത്തെ ജ്ഞാനമണ്ഡലത്തിൽ അത് എത്താഞ്ഞതുകൊണ്ടുതന്നെയാണ്.

സങ്കൽപ്പങ്ങളും ആശയങ്ങളും ബോധവുമൊക്കെ മനുഷ്യരുടെ ഭൗതിക പ്രവർത്തനങ്ങളും പരസ്പര ബന്ധങ്ങളുമായി കൂട്ടിയിണക്കപ്പെട്ടവയാണ്. മനുഷ്യർ തന്നെ സ്വന്തം ആശയങ്ങളുടെയും സങ്കൽപ്പങ്ങളുടെയും സ്രഷ്ടാക്കൾ ആയിരിക്കുമ്പോൾതന്നെ അവയ്ക്ക് സ്വന്തമായ ചരിത്രവികാസങ്ങളില്ല; ഭൗതികസാഹചര്യങ്ങൾക്കനുസരിച്ച് അത് മാറിക്കൊണ്ടിരിക്കും. അതായത് ബോധം നിലനിൽപ്പിനെ നിയന്ത്രിക്കുകയല്ല, അസ്തിത്വം ബോധത്തെ നിയന്ത്രിക്കുകയാണ് ചെയ്യുന്നത്. അതുകൊണ്ടുതന്നെ ചിന്തയ്ക്കും ബോധത്തിനും ആത്മബോധമോ ആത്മീയതയുമായോ യാതൊരു ബന്ധവുമില്ല. ചരിത്രത്തിന്റെയും സൈദ്ധാന്തികതയുടെയും ചാലകശക്തിയായി മാറിയത് ഈ സത്യമാണ്.

ചിന്തതന്നെയോ ബുദ്ധി?

ജീവിവർഗങ്ങളിൽ ഏറ്റവും ദുർബലൻ മനുഷ്യനാണ്. ഒരു മനുഷ്യക്കുട്ടി പിറന്നുവീണ് അഞ്ചെട്ടുവർഷങ്ങൾ പരാശ്രയം കൂടാതെ ജീവിക്കാനാവില്ല. ഒരു പൂർണ്ണ വ്യക്തിയാകാൻ പതിനെട്ടു വർഷമെങ്കിലും എടുക്കും. എന്നാൽ ഒരു പശുക്കുട്ടിക്കോ കോഴിക്കുഞ്ഞിനോ മണിക്കൂറുകൾ മതിയാകും സ്വാശ്രയത്വം ആർജ്ജിക്കാൻ. മനുഷ്യനു വേണ്ടിവരുന്ന ഈ സുദീർഘ ഘട്ടമാണ് അവനിൽ സാംസ്കാരിക വികാസമുണ്ടാക്കുന്നത്.

മസ്തിഷ്ക വികാസത്തിന്റെ ഫലമായ ചിന്തയുള്ളതുകൊണ്ടു മാത്രം ഒരാൾ ബുദ്ധിമാനാകണമെന്നില്ല. തലച്ചോറിൽ നടക്കുന്ന വിവര പ്രക്രിയ (Information process) യാണ് ചിന്ത. അതിൽ നിന്നു മാത്രം സത്ത തിരിച്ചെടുക്കാനാവില്ല. കാരണം ചിന്ത സങ്കീർണ്ണമാണ്; അതിൽ അയുക്തികതയും സന്ദേഹവും ഒക്കെ നിറഞ്ഞിട്ടുണ്ട്. ചിന്തിക്കുന്നതെല്ലാം ഭവിക്കുന്നതല്ല. ചിന്തയെല്ലാം സമൂർത്തവുമല്ല. പ്രവൃത്തിയിൽ –അധ്വാനത്തിൽ മുഴുകിയിരിക്കുമ്പോൾ ചിന്ത അപ്രസക്തമാവുന്നു. അമൂർത്താശയങ്ങളിലൂടെയാണ് ചിന്ത രൂപപ്പെടുന്നത്. അതിനെ യുക്ത്യധിഷ്ഠിതമാക്കി, മാനസികമായി കൈകാര്യം ചെയ്യുമ്പോഴാണ് 'ബുദ്ധി' ഉദിക്കുന്നത്. അതിനെ തിരിച്ചും മറിച്ചും യുക്തിശാസ്ത്രത്തിലൂടെ അപഗ്രഥിക്കുമ്പോഴാണ് വിജ്ഞാനമുണ്ടാകുന്നത്. ഒരു ശിശുവിനോ മന്ദബുദ്ധിക്കോ ചിന്ത ഉണ്ടായിരിക്കും. പക്ഷേ അവരിൽ ബുദ്ധി കണ്ടെത്താനാവില്ല. കാപ്പിപാത്രത്തിന്റെ അടപ്പ് ആവിമൂലം മുകളിലേക്കുയരുന്നത് ആരൊക്കെ കണ്ടിരിക്കാം. പക്ഷേ ജയിംസ്‌വാട്ട് അതു കണ്ടതിൽനിന്നാണ് തീവണ്ടിഎഞ്ചിൻ എന്ന വിജ്ഞാനത്തിലേക്ക് എത്തുന്നത്. ചിന്തയും അധ്വാനവും വേർപിരിയുമ്പോൾ അത് ആശയവാദത്തിന് വഴിതുറക്കും. അഥവാ ചിന്ത യുക്തിപരമല്ലെങ്കിൽ അർഥശൂന്യമാണ്.

ബുദ്ധിയും യുക്തിയും

യുക്തിയും ബുദ്ധിയും ഏതാണ്ട് സമാനപദങ്ങൾ തന്നെയാണ്. മനുഷ്യനും പ്രകൃതിയും തമ്മിലുള്ള വൈരുധ്യാത്മക ബന്ധങ്ങളിലൂടെ വികസിച്ചിട്ടുള്ള പ്രതിഭാസമാണ് ബുദ്ധി. അനുഭവം, പ്രയോഗം, തെളിവ് എന്നിവയുടെ അടിസ്ഥാനത്തിൽ ആർജ്ജിച്ചിട്ടുള്ള പ്രജ്ഞാപരമായ വികാസമാണത്. ഇന്ദ്രിയാനുഭവങ്ങളിലൂടെ ലഭ്യമാകുന്ന നിഗമനങ്ങളെ യുക്തിക്കു വിധേയമാക്കി, അജ്ഞതയിൽ നിന്ന് അറിവിലേക്ക് എത്തുകയാണ് ചെയ്യുന്നത്. അജ്ഞാനവും ജ്ഞാനവും പരസ്പരം ഇഴുകിക്കിടക്കുന്നതിനാൽ അവയെ വേർതിരിച്ചെടുക്കുന്നതിൽ ഉപയോഗിക്കുന്ന വസ്തുനിഷ്ഠതയാണ് യുക്തി. ഭൂതഭാവിവർത്തമാനങ്ങളിലൂടെ ജീവിക്കുന്ന മനുഷ്യരുടെ വിചാരമാണത്. അത് എല്ലാവർക്കും ഒരുപോലെയുണ്ടാകണമെന്നില്ല.

അറിവിനെ വേർതിരിച്ചെടുക്കുന്നത് പ്രകൃതിയെ മാറ്റിത്തീർക്കാൻ വേണ്ടിയാണ്. അതിനാണ് ബുദ്ധി ഉപയോഗിക്കുന്നത്. പ്രകൃതിയോട് ഇണങ്ങിയും പിണങ്ങിയും ഐക്യപ്പെട്ടും ജ്ഞാനമാർജ്ജിച്ച പ്രക്രിയയിൽ യുക്തിയുണ്ട്. യുക്തിയുടെ പ്രാപ്തി ബുദ്ധിയിലൂടെയാണ്. അതുകൊണ്ട് അവ പരസ്പരാശ്രിതമാണ്.

യുക്തിബോധം വസ്തുനിഷ്ഠവും (objective) കർത്തൃനിഷ്ഠവും (subjective) ആകാം. ചിന്തിക്കുന്ന വ്യക്തിയിലല്ലാതെ യുക്തിയും ബുദ്ധിയും മൂർത്തമാവില്ല. അതുകൊണ്ട് വ്യക്തിയുടെ ചിന്തകളെല്ലാം യുക്തിപരമല്ല. അതിന്റെ വസ്തുനിഷ്ഠതകളുമായി ബന്ധിപ്പിക്കുമ്പോഴാണ് യുക്തി ഭദ്രമാകുന്നത്.

യുക്തിയും ബുദ്ധിയും സമാനസ്വഭാവമുള്ളവയാണെങ്കിലും സാമൂഹ്യശാസ്ത്രഭാഷയിൽ അവ വ്യതിരിക്തവുമാണ്. ഒരു മോഷണം ആസൂത്രണം ചെയ്യുന്നതിൽ കള്ളൻ ബുദ്ധി പ്രയോഗിച്ചേ മതിയാകൂ. പക്ഷേ മോഷണം യുക്തിപരമല്ല; അതു സാമൂഹ്യവിരുദ്ധമാണ്. അതിനാൽ യുക്തി മോഷണത്തെ നിരാകരിക്കുന്നു. തെളിവില്ലാതെ ഒരു കൊലപാതകം നടത്തണമെങ്കിൽ അസാമാന്യ ബുദ്ധി വേണം. പക്ഷേ അതും യുക്തിപരമല്ല. ജ്യോത്സ്യന്മാർ തട്ടിപ്പിന് ഉപയോഗിക്കുന്നതും ബുദ്ധിയാണ്. അതിലും യുക്തിയില്ല. തൊഴിലാളിയെ ചൂഷണം ചെയ്യാൻ മുതലാളി ഉപയോഗിക്കുന്നതും ബുദ്ധിതന്നെയാണ്. പക്ഷേ യാതൊരു ചൂഷണവും യുക്തിപരമല്ല. മുതലാളിത്തം ചൂഷണപരമായതുകൊണ്ട്, മനുഷ്യസമത്വം സാക്ഷാത്കരിക്കുന്ന സോഷ്യലിസമാണ് യുക്തിസഹം. ഇങ്ങനെയാണ് സാമൂഹ്യപരിവർത്തനത്തിന്റെ യുക്തി വികസിക്കുന്നത്. യുക്തിവാദം സാമൂഹ്യവികാസത്തിന്റെ ചാലകശക്തിയാകുന്നതും അതുകൊണ്ടു തന്നെയാണ്.

യുക്തിയും അയുക്തിയും

സാമൂഹ്യവികാസവും ക്ഷേമവും യുക്തിയിൽ അധിഷ്ഠിതമാണ്. മനുഷ്യരെല്ലാം സമന്മാരാണെന്നത് യുക്തിയിൽ നിന്നുണ്ടാവുന്ന സാമൂഹ്യസങ്കൽപ്പമാണ്. പക്ഷേ ഇതു വൈരുധ്യാത്മകമാണ്; പദാർഥനിരതവും മൂർത്തവുമാണ്; നിഷേധത്തിന്റെ നിഷേധമാണ്. പ്രപഞ്ചനിഗൂഢതകളെ ശാസ്ത്രസാമൂഹ്യ നിയമങ്ങളുടെ അടിത്തറയിലാണ് യുക്തി വ്യാഖ്യാനിക്കുന്നത്. മനുഷ്യനീതിക്കു നിരക്കാത്തതിനെയൊക്കെ യുക്തി നിഷേധിക്കുന്നു; ജീവിതത്തെ സമഗ്രമാക്കാൻ യത്നിക്കുന്നു. എന്നാൽ യുക്തിയല്ല പരമാർഥമെന്നും, അനന്തവും അവ്യക്തവും അജ്ഞാതവുമാണ് പ്രപഞ്ചത്തിലുള്ളതെല്ലാമെന്നും അയുക്തികത വാദിക്കുന്നു. (മായാവാദം ഇതിന് ഏറ്റവും നല്ല തെളിവാണ്) തത്വശാസ്ത്രത്തെ അപ്പാടെ നിഷേധിക്കുന്ന അയുക്തികത യഥാർഥത്തിൽ സ്വയം നിഷേധമാണ്. കാരണം അതും കേവലമായ ഒരു തത്വശാസ്ത്രം തന്നെയാണ്.

അസ്തിത്വവാദവും, ഭാഷയിലും അർഥത്തിലും ഉണ്ടാകുന്ന അവ്യക്തതയും, സാമൂഹ്യ യാഥാർത്ഥ്യങ്ങളോടും രാഷ്ട്രീയത്തോടുമുള്ള പുച്ഛവും, പുനർജ്ജന്മാദി ആശയവാദങ്ങളോടുള്ള പ്രതിപത്തിയുമെല്ലാം അയൗക്തികത്വത്തിന്റെ നിദർശനങ്ങളാണ്. ശാസ്ത്രമേലങ്കിയണിഞ്ഞ കപടശാസ്ത്രത്തെ ഇതിനു കൂട്ടുപിടിക്കുന്നു. ശാസ്ത്രത്തെ നിഷേധിച്ചുകൊണ്ടുതന്നെ അതിന്റെ സകല നേട്ടങ്ങളെയും പ്രയോജനപ്പെടുത്തുന്നു. ശാസ്ത്രം തെറ്റാണെന്നു പ്രചരിപ്പിക്കാൻ വിവരസാങ്കേതിക വിദ്യയുടെ എല്ലാം മാർഗ്ഗങ്ങളെയും പ്രയോജനപ്പെടുത്തുന്നു.

യുക്തിയും ബുദ്ധിയും കാലാനുസാരിയായും വസ്തുനിഷ്ഠമായും വികസിച്ചുകൊണ്ടിരിക്കും. ആശയവാദം (അയുക്തികത) എപ്പോഴും പണ്ടു പറഞ്ഞതു തന്നെ ആവർത്തിച്ചുകൊണ്ടിരിക്കും. മതവിശ്വാസികളുടെ ഭൂമി എന്നും പരന്നതു തന്നെയായിരിക്കുന്നത് ഇതുകൊണ്ടാണ്. ഭൂമിക്കു മുകളും താഴെയുമില്ലെന്നു വന്നാലും അവന്റെ സ്വർഗ്ഗം ഏഴുമടങ്ങായി ആകാശത്തുണ്ടായിരിക്കും! ഇത്തരം ഭ്രമാത്മക സങ്കൽപ്പനങ്ങളെയാണ് അയുക്തി മതവിശ്വാസത്തിൽ കൊണ്ടെത്തിക്കുന്നത്. അതുകൊണ്ട് സാമൂഹ്യ യാഥാർഥ്യങ്ങളിൽ എത്തിച്ചേരാൻ മതത്തിന്റെ അയുക്തിയെ അനാവരണം ചെയ്തേ മതിയാകൂ. മുജ്ജന്മ പാപത്തിലും വിധിവിശ്വാസത്തിലും ഊന്നിനിന്നുകൊണ്ട് നിലവിലുള്ള ചൂഷണാധിഷ്ഠിത വ്യവസ്ഥയെ ശാശ്വതീകരിക്കാനാണ് മതത്തിന്റെ അയുക്തികത ശ്രമിക്കുന്നത്. അവർക്ക് വിമോചനത്തിന്റെ തത്വശാസ്ത്രത്തെ ഭയമാണ്.

അയുക്തിയിൽ നിന്നുള്ള രക്ഷ

വിദ്യാഭ്യാസവും കഴിവും എത്രയുണ്ടെങ്കിലും, എത്രമാത്രം ബുദ്ധിമാനായാലും അയുക്തിയിൽ വീണുപോവുക സ്വാഭാവികമാണ്. ബൗദ്ധികമായ മണ്ടത്തരങ്ങൾക്കു വിധേയമാണ് ലോകം തന്നെ. ഇതിൽ നിന്നും രക്ഷപ്പെടുന്നതിനായി, ലോകദാർശനികനായ ബർട്രാന്റ് റസ്സൽ ചില വഴികൾ പറഞ്ഞു തരുന്നുണ്ട്.

നിരീക്ഷണമാണ് ഒന്നാമത്തെ മാർഗ്ഗം. മധ്യകാലം വരെ ലോകചിന്തയുടെ പ്രയോക്താവായിരുന്നു അരിസ്റ്റോട്ടിൽ. സ്ത്രീകൾക്ക് പുരുഷന്മാരെക്കാൾ പല്ലു കുറവാണ് എന്ന് അദ്ദേഹം 'സിദ്ധാന്തി'ച്ചിരുന്നു. രണ്ടു ഭാര്യമാരിൽ ഒരാളുടെയെങ്കിലും വായ പൊളിച്ച് എണ്ണിനോക്കിയിരുന്നെങ്കിൽ അദ്ദേഹത്തിന് ഈ ബൗദ്ധിക മണ്ടത്തരം ഒഴിവാക്കാമായിരുന്നു.

വാദപ്രതിവാദങ്ങളിൽ കോപാകുലനാകുന്നത് അയുക്തികത കൊണ്ടാണ്. തന്റെ പ്രമാണത്തെപ്പറ്റി അരിശപ്പെട്ടു പ്രതികരിക്കുന്നത് അതിന്മേൽ തനിക്കുള്ള അവ്യക്തത കൊണ്ടോ സംശയം കൊണ്ടോ ആണ്. രണ്ടും രണ്ടും നാലാണെന്ന് ബോധ്യമുള്ളയാൾ അതങ്ങനെയല്ലെന്നു വാദിക്കുന്നവനോട് കോപിക്കുകയല്ല സഹതപിക്കുകയാണ് വേണ്ടത്. റസ്സൽ പ്രഖ്യാപിക്കുന്നത് ഗണിതശാസ്ത്രത്തിൽ ജ്ഞാനമാണുള്ളത്,

എന്നാൽ 'ദൈവശാസ്ത്ര'ത്തിൽ പീഡനമാണുള്ളത് എന്നാണ്. കാരണം 'ദൈവശാസ്ത്ര'മെന്നു പേരുണ്ടെങ്കിലും അതു കേവലം അഭിപ്രായങ്ങൾ മാത്രമാണ്. തെളിയിക്കപ്പെട്ട യുക്തിയല്ല.

നമ്മുടെ യുക്തിയെപ്പറ്റി അന്യരാജ്യക്കാർ എങ്ങനെ ചിന്തിക്കുന്നു എന്നറിയുകയാണ് ബൗദ്ധിക മണ്ടത്തരങ്ങളിൽ നിന്നു രക്ഷനേടാനുള്ള മറ്റൊരു വഴി. ശകുനവും ജാതകവും നല്ലനേരവും നോക്കുന്നത് 'ശാസ്ത്ര' മാണെന്നു കരുതുന്ന കേരളമെന്ന കൊച്ചുപ്രദേശത്തുള്ളവർ വിശാല മായ ലോകത്തിലെ ഇതര രാജ്യക്കാർ ഇങ്ങനെയൊന്നു വിചാരിക്കുന്നു ണ്ടോയെന്നു പോലും ചിന്തിക്കാറില്ല. ഓരോ മതസ്ഥരും അവരാണ് ശരി യെന്നു പ്രഖ്യാപിക്കുമ്പോഴും തങ്ങൾക്ക് വിരുദ്ധമാണ് ഇതരമതചിന്ത യെന്നു പരിഗണിക്കാറില്ല.

അന്ധതകളുടെ അടിസ്ഥാനകാരണം ഭയമാണ്. ഇതു രണ്ടു വിധ ത്തിൽ ഒഴിവാക്കാം. ദുരന്തവിധേയമല്ല ജീവിതം എന്നു സ്വയം ബോധ്യ പ്പെടലാണ് ഒന്ന്. സ്വയം ധീരത പരിശീലിക്കുകയാണ് രണ്ടാമത്തെ വഴി. മന്ത്രവാദത്തിനോ അത്ഭുതങ്ങൾക്കോ ആരെയും രക്ഷിക്കാനും ശിക്ഷി ക്കാനും കഴിയില്ലെന്ന സ്വയം ബോധ്യം ഉദാഹരണമാണ്. ശാസ്ത്രം ഇത്തരം മേഖലകളെ വളരെ കൃത്യമായി അതിജീവിക്കുകയും വ്യാഖ്യാ നിക്കുകയും ചെയ്തിട്ടുണ്ടെന്നതാണ് ഇതിന്റെ യുക്തി. ഈ യുക്തി തന്നെ യാണ് ധീരതയും.

മനുഷ്യൻ അധ്വാനമാരംഭിച്ച കാലം മുതൽ യുക്തിയുണ്ട്. ഇരതേടി നടന്നിടത്തു നിന്നും ആഹാരം ശേഖരിച്ചുവയ്ക്കാനും, അഗ്നി കണ്ടെ ത്തിയതോടെ അത് സൂക്ഷിക്കാനും തുടങ്ങിയതു മുതൽ ഈ യുക്തി തന്നെയാണ് പ്രയോഗിക്കുന്നത്. പ്രകൃതിശക്തികളെ വരുതിയിൽ നിർത്തുന്നതിനും ശാസ്ത്രത്തെ അനുസ്യൂതം മുന്നോട്ടുകൊണ്ടു പോകു ന്നതിനും അന്തര്യാമിയായി പ്രവർത്തിച്ചതും ഈ യുക്തി തന്നെയാണ്.

3

ശാസ്ത്രവും യുക്തിവാദവും

ശാസ്ത്രമെന്നാൽ വിജ്ഞാനം തന്നെയാണ്. പ്രപഞ്ചം വസ്തുനിഷ്ഠമാണ്, അഥവാ പദാർഥനിരതമാണെന്ന അടിത്തറയിൽ നിന്നാണ് ശാസ്ത്രത്തെ സംബന്ധിക്കുന്ന ധാരണകൾ വികസിക്കുന്നത്. നിയമവൽക്കരിക്കപ്പെട്ട ചിന്താപദ്ധതികളെയൊക്കെ 'ശാസ്ത്രം' എന്നു വിളിച്ചുപോരുന്ന ഒരു കീഴ്‌വഴക്കമുണ്ട്. അങ്ങനെയാണ് ജ്യോത്സ്യവും പക്ഷിശാസ്ത്രവും ഗൗളിശാസ്ത്രവുമൊക്കെ 'ശാസ്ത്രവൽക്കരിക്ക'പ്പെട്ടത്. എന്നാൽ 'ശാസ്ത്ര'മെന്ന സംജ്ഞ കൊണ്ട് ഇന്ന് വ്യക്തമാക്കപ്പെടുന്നത് ആധുനിക സയൻസിനെയാണ്. അതിന് മനോനിഷ്ഠ വ്യാപാരവുമായിട്ടോ വെളിപാടുകളുമായോ അവയ്ക്കുമേൽ വിഹരിക്കുന്ന മതവുമായിട്ടോ യാതൊരു ബന്ധവുമില്ല.

ശാസ്ത്രത്തിന്റെ പദ്ധതികൾ

അവസാനമില്ലാത്ത ഒരന്വേഷണ പദ്ധതിയാണ് ശാസ്ത്രം. ക്രമാനുഗതികവും രൂപീകൃതവുമായ ജ്ഞാനം (systematic and formulated knowledge) എന്നാണ് ശാസ്ത്രത്തിന്റെ നിർവ്വചനം (Oxford Dictionary). മറ്റു ചില പ്രമുഖ വ്യാഖ്യാനങ്ങളോ നിർവചനങ്ങളോ ഇവയാണ്.

ഐൻസ്റ്റൈൻ : ആശയലോകവും ലോകപ്രതിഭാസങ്ങളും തമ്മിലുള്ള ബന്ധത്തെ കണ്ടെത്താനുള്ള മനുഷ്യമനസ്സിന്റെ ശ്രമമാണ് ശാസ്ത്രം.

ഹാവ്‌ലോക് എല്ലിസ് : വസ്തുതകളുടെ കാരണാന്വേഷണമാണ് ശാസ്ത്രം.

ഹെൻറി പൊയ്നർ : വസ്തുതകളെക്കുറിച്ചുള്ള അറിവു മാത്രമല്ല, അവയുടെ ബന്ധങ്ങളെപ്പറ്റിയുള്ള അറിവാണ് ശാസ്ത്രം.

ജൂലിയൻ ഹക്സിലി : പ്രകൃതിയാഥാർത്ഥ്യങ്ങൾക്കു മേലുള്ള നിയന്ത്രണങ്ങളെപ്പറ്റി നാമിന്നുവരെ നേടിയിട്ടുള്ള ജ്ഞാനസമാഹരണ പ്രക്രിയയാണ് ശാസ്ത്രം.

ഏതു നിർവചനം അടിസ്ഥാനപ്പെടുത്തിയാലും ശാസ്ത്രത്തിന്റെ സവിശേഷതകളെ ഇങ്ങനെ വ്യവഹരിക്കാം.

1. ശാസ്ത്രം അറിവിന്റെ സംഘാതമാണ്. ഇതു വസ്തു സ്ഥിതി പരമായിരിക്കുമ്പോൾ തന്നെ ആപേക്ഷികമാണ്.

2. ഈ അറിവു സമാഹരിക്കലിന്റെ രീതിയാണ് ശാസ്ത്രം. അതിന്റെ ഫലത്തേക്കാൾ അത് ആശ്രയിക്കുന്ന രീതിയാണ് ചലനാത്മകം.

ഈ അറിവു സമാഹരിക്കലിന്, അഥവാ ശാസ്ത്രത്തിന് നൈസർഗ്ഗികമായ മൂന്നു സവിശേഷതകളുണ്ട്.

1. **അനുഭവസിദ്ധി (Empiricism)** : ഫ്രാൻസിസ് ബേക്കൺ ആവിഷ്കരിച്ച ഈ തത്വപ്രകാരം പരീക്ഷണം, കാര്യകാരണ വിചാരം എന്നിവയിലൂടെയായിരിക്കണം ഒരു സിദ്ധാന്തത്തിൽ എത്തിച്ചേരേണ്ടത്. പഞ്ചേന്ദ്രിയങ്ങളിലൂടെയോ, അതിന്റെ ശക്തി വർദ്ധിപ്പിക്കുന്ന ഉപകരണങ്ങളിലൂടെയോ (ടെലസ്കോപ്പ്, മൈക്രോസ്കോപ്പ് തുടങ്ങിയവ) നേടുന്ന അനുഭവങ്ങളെ സമാഹരിച്ച് പൊതു തത്വങ്ങളിലെത്തുന്ന രീതിയാണിത്. പ്രാചീന ചിന്തകർ ഉപയോഗിച്ച അനുമാനയുക്തി (deductive reasoning) യുടെ വിരുദ്ധമായ പ്രമാണയുക്തി (Inductive reasoning) ആണിത്. തെളിവുകൾ ആണ് ഇതിനാവശ്യം.

2. **പ്രാമാണികത (Theoretical)** : നിരീക്ഷണങ്ങളിലൂടെ ലഭിച്ച അറിവ് ശരിയാണോയെന്നറിയാൻ അവ പരീക്ഷിച്ചു നോക്കണം. പരീക്ഷണത്തിൽ തെറ്റെന്നു തെളിഞ്ഞാൽ അതു ശാസ്ത്രീയമല്ല. അരിസ്റ്റോട്ടിലിന്റെ നിഗമനങ്ങളെ ഗലീലിയോ പൊളിച്ചത് ഇത്തരം പരീക്ഷണങ്ങളിലൂടെയാണ്.

3. **സ്വരൂപിക്കൽ (cumulation)** : നിശ്ചേതനമായ, പരമമായ അറിവല്ല ശാസ്ത്രം. അത് വികസനാത്മകമാണ്. പുതിയ അറിവുകൾ സമാഹരിച്ചുകൊണ്ടേയിരിക്കും. കാലക്രമത്തിൽ ആദ്യപ്രമാണങ്ങൾ പിന്നീട് തെറ്റാണെന്നു വരാം. അതിനെ സ്വാംശീകരിക്കാൻ ശാസ്ത്രം വിമുഖമല്ല. സ്വരൂപണം എന്ന ഈ സവിശേഷത ശാസ്ത്രത്തിന്റെ വികസനോന്മുഖതയെയാണ് വെളിവാക്കുന്നത്.

എന്താണ് 'ശാസ്ത്രീയം'

കലയിൽ നിന്നും തത്വചിന്തയിൽ നിന്നും ശാസ്ത്രത്തെ വേർതിരിക്കുന്നത് അതിന്റെ സമീപനങ്ങളാണ്. ശാസ്ത്രത്തിന്റെ വിശകലന രീതിയോ അടിസ്ഥാന ഘടകങ്ങളോ താഴെ പറയുന്നവയാണ്. അഥവാ

ഒരു പ്രമാണം ശാസ്ത്രമാകുന്നത് ഈ മാനദണ്ഡങ്ങളെ സാക്ഷീകരിക്കുമ്പോൾ മാത്രമാണ്.

1. ശാസ്ത്രീയരീതി (Scientific method): ഏതൊരു വസ്തുതയേയും സ്വാംശീകരിക്കുന്ന രീതിക്കാണ് പ്രാധാന്യം. ഒരു അറിവ് ശാസ്ത്രീയമാകുന്നത് പരീക്ഷണങ്ങളും നിരീക്ഷണങ്ങളും നടത്തുമ്പോഴാണ്. ആ പരീക്ഷണ ഫലങ്ങൾ എപ്പോഴും ഒരുപോലെ ആയിരിക്കുകയും വേണം.

2. വസ്തുനിഷ്ഠത (Factuality): കാൽപ്പനികതയും കേവലമായ ആശയങ്ങളും മൂല്യങ്ങളും ഒന്നും ശാസ്ത്രത്തിന്റെ രീതിയല്ല. അവയൊക്കെ ആത്മനിഷ്ഠങ്ങളാണ്. വസ്തുനിഷ്ഠയാഥാർഥ്യം – ഇന്ദ്രിയ അനുഭവപരമായവ– മാത്രമാണ് ശാസ്ത്രീയം.

3. സാർവത്രികത്വം (Universality): ഒരു ശാസ്ത്രസത്യം സ്ഥലകാല ഭേദങ്ങൾക്കതീതവും സത്യവുമായിരിക്കണം. ലോകത്തെവിടെയും അത് സത്യമായി അനുഭവപ്പെടണം.

4. സത്യവാദിത്വം (veracity) : എത്ര തവണ പരിശോധിച്ചാലും ഒരു ശാസ്ത്രവസ്തുത സത്യം തന്നെയായിരിക്കും. പരീക്ഷണനിരീക്ഷണങ്ങൾ അടിസ്ഥാനപരമാണെങ്കിൽ ശാസ്ത്രപ്രമാണം സത്യമായിരിക്കും.

5. കാര്യകാരണബന്ധം (cause-effect relationship) : ഒരു കാര്യത്തിന് ഒരു കാരണമുണ്ട് എന്നത് അംഗീകരിക്കപ്പെട്ട ശാസ്ത്രരീതിയാണ്. ഇതിന് അനുപൂരകമായ തെളിവ് ഉണ്ടായിരിക്കണം.

6. പ്രവചനാത്മകത (Predictability): കാര്യകാരണബന്ധത്തിന്റെ അടിസ്ഥാനത്തിൽ നിന്നുകൊണ്ട് സാധ്യതകളെ പ്രവചിക്കാൻ ശാസ്ത്രത്തിനു കഴിയും. ഇത് അതീന്ദ്രിയപ്രവചനത്തിന്റെ ശൈലിയിലുള്ളതല്ല. കാലാവസ്ഥ പ്രവചനം, ഭൂകമ്പ സാധ്യതകൾ, ഗ്രഹണങ്ങൾ എന്നിവയുടെ മുന്നറിയിപ്പുകൾ എന്നിവ ഇതിനു തെളിവുകളാണ്.

വ്യക്തിപരമായ പക്ഷഭേദങ്ങളോ, ഒറ്റപ്പെട്ട തെളിവുകളോ ഒന്നും ശാസ്ത്രത്തിന്റെ രീതികളല്ല. ഋഷിപ്രോക്തമായതുകൊണ്ടോ, ദൈവിക വെളിപാടായതുകൊണ്ടോ, വേദോപനിഷത് പരാമർശങ്ങളാണെന്നതുകൊണ്ടോ ഒന്നും ഒരു പ്രമാണവും ശാസ്ത്രീയമാകുകയില്ല. 'ശാസിക്കപ്പെടുന്നതാണ് ശാസ്ത്രം', ആധികാരികമായി പറയുന്നതാണ് ശാസ്ത്രം എന്ന പ്രഖ്യാപനം കേവലമൊരു ആഗ്രഹപ്രകടനം മാത്രമാണ്.

കപടശാസ്ത്രം

ടി വിയിൽ ഡോക്ടർവേഷം കെട്ടിവരുന്ന മോഡലുകൾ നടത്തുന്ന 'ശാസ്ത്രീയ വിശദീകരണം' കപടശാസ്ത്രത്തിന്റെ ഉത്തമോദാഹരണങ്ങളാണ്. ഇന്ത്യയിലെ — അസോസിയേഷൻ അംഗീകരിച്ചത്, നൂറിലധികം പോഷണമൂലകങ്ങൾ അടങ്ങിയത്, ബുദ്ധിവികാസത്തിന് ഉതകു

ന്നത് തുടങ്ങിയ വിശദീകരണങ്ങളും, അതോടൊപ്പം നടത്തിക്കാണിക്കുന്ന ചില്ലറ പരീക്ഷണങ്ങളുമൊക്കെ ആരെയും വശീകരിക്കും. പരസ്യത്തി ലഭിനയിക്കുന്നയാൾ ഒരു ഡോക്ടർപോലുമല്ലെന്നോ ഇയാൾ പറയുന്ന തൊന്നും ശാസ്ത്രത്തിനു നിരക്കുന്നതല്ലെന്നും കാണികൾ ചിന്തിക്കാറില്ല.

ശാസ്ത്രത്തിന്റെ മാനകങ്ങൾ ഉപയോഗിക്കാത്തവയൊക്കെ കപട ശാസ്ത്രങ്ങളാണ്. ഒരു ഗവേഷണ പ്രബന്ധം പ്രസിദ്ധീകരിക്കുന്നതു കൊണ്ടു മാത്രം അതു ശാസ്ത്രമാകില്ല. അന്താരാഷ്ട്രതലങ്ങളിലുള്ള ശാസ്ത്രസമ്മേളനങ്ങളിൽ ആവർത്തിച്ചു പരീക്ഷിച്ചു നിരീക്ഷിച്ച് ശാസ്ത്ര കോൺഫറൻസ് അംഗീകരിക്കുമ്പോൾ മാത്രമേ തത്വത്തിൽ അത് അംഗീകരിക്കപ്പെടുകയുള്ളൂ. അല്ലാത്തവ വെറും അനുമാനങ്ങൾ (hypothesis) മാത്രമാണ്.

കപടശാസ്ത്രത്തിന്റെ പ്രഥമസിദ്ധാന്തം അസത്യവൽക്കരണമാണ്. അതു ശാസ്ത്രത്തിനു നിരക്കുന്നതാണോയെന്നതാണ് പരിശോധിക്കേ ണ്ടത്. ആകാശവും ഭൂമിയും സൃഷ്ടിച്ച് രാവും പകലും ഉണ്ടാക്കി നാലാം നാളാണ് സൂര്യചന്ദ്രന്മാരെ സൃഷ്ടിച്ചതെന്നു വരുമ്പോൾ അതെങ്ങനെ ശാസ്ത്രീയമാകും? സൂര്യനില്ലാതെ രാവും പകലും വേർതിരിച്ചത് ഒരു വലിയ മാജിക് തന്നെ. ഒരേ സമയത്തു ജനിച്ച രണ്ടുപേരുടെ ഭാവി രണ്ടു തരത്തിലാകുന്നത് ജ്യോതിഷത്തിന്റെ അശാസ്ത്രീയത വെളിവാക്കുന്നു.

ആവർത്തനക്ഷമതയില്ലായ്മയാണ് കപടശാസ്ത്രത്തിന്റെ മറ്റൊരു മുഖമുദ്ര. ആകാശത്തുനിന്നു ഭസ്മമോ മാലയോ സൃഷ്ടിക്കുന്നയാൾക്ക് ഒരു ചാക്ക് അരി ആകാശത്തു നിന്ന് സൃഷ്ടിക്കാൻ കഴിയില്ല. ചെയ്ത വേല തന്നെ മറ്റൊരു തയ്യാറെടുപ്പില്ലാതെ ആവർത്തിച്ചു കാണിക്കാനും കഴിയില്ല.

കപടശാസ്ത്രം ഒരിക്കലും അനുഭവസിദ്ധമല്ല. മതപ്രോക്തമോ പ്രവചനാത്മകമോ ആയ അവകാശവാദങ്ങൾക്കപ്പുറത്തേക്ക് ഇവയ്ക്ക് എത്തിപ്പെടാൻ കഴിയില്ല. അഥവാ ശാസ്ത്രത്തിലെ തന്നെ സംജ്ഞക ളെയോ പ്രമാണങ്ങളെയോ വളച്ചൊടിച്ച് ശാസ്ത്രപ്രതീതി സൃഷ്ടിക്കു കയാണ് അവർ ചെയ്യുന്നത്. 'കാന്തികമണ്ഡലം' എന്ന ശാസ്ത്രത്തെ ഉപയോഗിച്ച് കാന്തചികിത്സ നടത്തുന്നത് ഉദാഹരണം. കപടശാസ്ത്ര ത്തിന്റെ ചൂഷണാത്മകമണ്ഡലം ചികിത്സാരംഗം തന്നെയാണ്. AIDS രോഗം കണ്ടെത്തിയിട്ട് ഏതാനും വർഷങ്ങളേ ആയുള്ളൂവെങ്കിലും, ആയിരക്കണക്കിനു വർഷം മുമ്പുണ്ടായ ആയുർവേദ, സിദ്ധ, യൂനാനി, ഹോമിയോ ചികിത്സകർ ഇതിനു മരുന്നുണ്ടെന്നു വരുത്തിത്തീർക്കു ന്നത് തന്നെ ഏറ്റവും നല്ല തെളിവ്. ചിക്കുൻ ഗുനിയയ്ക്കും എലിപ്പനി ക്കുമൊക്കെ ഇവർ മരുന്നു കണ്ടെത്തും.

ശാസ്ത്രവും മതവും

മതം ശാസ്ത്രത്തിന്റെ പ്രതിപക്ഷത്താണെന്നു പറയാറുണ്ട്. എ ന്നാൽ ശാസ്ത്രത്തിന്റെ എല്ലാവിധ നേട്ടങ്ങളെയും മതം പ്രയോജനപ്പെ

ടുത്തുന്നു. മൈക്കും ടി വിയും കമ്പ്യൂട്ടറും ഇലക്ട്രോണിക് മാധ്യമങ്ങളുമെല്ലാം ഏറെ ഉപയോഗിക്കുന്നതും അവർ തന്നെ. കുംഭമേളയിലെ നഗ്നസന്യാസിയും കൈയിൽ മൊബൈലും ലാപ്ടോപും കരുതുന്നു.

ശാസ്ത്രം ഏറ്റവുമധികം വെല്ലുവിളി നേരിടുന്നത് സംഘടിത മതത്തിൽ നിന്നാണ്. അഥവാ മതത്തോടു കണക്കുതീർത്തുകൊണ്ടാണ് ശാസ്ത്രം വികസിച്ചുവന്നത്. അവസാനം മതം അടവു മാറ്റി. തങ്ങളുടെ കപടവിശ്വാസങ്ങളെ ശാസ്ത്രവൽക്കരിക്കാനുള്ള പാഴ്വേല പയറ്റി നോക്കി. *ബൈബിളി*നെ ശാസ്ത്രവൽക്കരിക്കാനും, ദശാവതാരത്തെ പരിണാമസിദ്ധാന്തമാക്കാനും തുടങ്ങിയ അഭ്യാസങ്ങൾ ഉദാഹരണം.

ആത്മീയരംഗത്തു വിഹരിക്കുന്ന മതവും ഭൗതികതയുടെ പരമാർഥമായ ശാസ്ത്രവും രണ്ടു വിഭിന്ന ധ്രുവങ്ങളാണ്. ഇവയെ പരസ്പരം ബന്ധിപ്പിക്കാൻ ശ്രമിക്കുന്നതു തന്നെ ദാർശനികമായ പാപ്പരത്തമാണ്.

മതങ്ങളെ സംബന്ധിച്ച് പ്രപഞ്ചകേന്ദ്രം ഭൂമിയാണ്. ഭൂമിയിലെ '0' വട്ടം മാത്രമാണ് ഓരോ മതത്തിന്റെയും ലോകം. ഇന്ത്യൻ വൈദികമതത്തിന്റെ ലോകം വിന്ധ്യാഹിമാലയങ്ങൾക്കിടയിലുള്ള ഭൂമിയാണെങ്കിൽ *ബൈബിളി*ലെ പ്രപഞ്ചം ഇസ്രയേലാണ്. ഇതിനപ്പുറത്തു ലോകമുണ്ടെന്നു കരുതാനുള്ള വൈജ്ഞാനികത അവർക്കുണ്ടായിരുന്നില്ല.

ഭൂകേന്ദ്രീകൃതമായ ഒരു പ്രപഞ്ചസങ്കൽപ്പമല്ല ശാസ്ത്രത്തിന്റേത്. അനുസ്യൂതം വികസിക്കുകയും ആകർഷിക്കുകയും വികർഷിക്കുകയും ചെയ്യുന്ന, സങ്കൽപ്പങ്ങൾക്കപ്പുറത്തേക്ക് നീളുന്ന ഒരു വിശാല പ്രപഞ്ചത്തെയാണ് ശാസ്ത്രം പ്രതിനിധീകരിക്കുന്നത്. അജഗജാന്തരം എന്നു പോലും വിശേഷിപ്പിക്കാനാവാത്ത വിധം വ്യത്യസ്തമാണ് ഈ മേഖലയിൽ ശാസ്ത്രവും മതവും അവതരിപ്പിക്കുന്നത്.

ശാസ്ത്രത്തെ സംബന്ധിച്ച് ഒരു ആത്യന്തിക സത്യമില്ല; എല്ലാം ആപേക്ഷികമാണ്. മതത്തിലെ ആത്യന്തിക സത്യം ബ്രഹ്മമോ യഹോവയോ അള്ളാഹുവോ സ്വർഗ്ഗനരകങ്ങളോ ഒക്കെയാണ്. ഇവയ്ക്കൊന്നിനും യാതൊരു തെളിവുകളുമില്ല. അഭൗതികമായ ഇത്തരം കേവലാശയങ്ങളെ ഭൗതിക വസ്തുനിഷ്ഠതയുമായി താരതമ്യപ്പെടുത്തുന്ന പരിഹാസ്യതയാണ് മതങ്ങൾ അനുഷ്ഠിക്കുന്നത്. ശാസ്ത്രം പരീക്ഷണങ്ങൾ കൊണ്ടു പ്രശ്നനിർദ്ധാരണം നടത്തിയതാണ് ചരിത്രമെങ്കിൽ മതം വാളുകൊണ്ട് പ്രശ്നങ്ങൾ വർദ്ധിപ്പിച്ചിട്ടുള്ളതാണ് ചരിത്രം.

ശാസ്ത്രം വസ്തുനിഷ്ഠയാഥാർഥ്യത്തെ, പദാർഥത്തെ മുഖ്യമായെടുക്കുമ്പോൾ കടകവിരുദ്ധമായ ആത്മനിഷ്ഠവ്യാപാരത്തെ, ആശയവാദത്തെ മതം മുറുകെ പിടിക്കുന്നു. ലോകം മതത്തെ സംബന്ധിച്ച് മായയാണ് (ബ്രഹ്മസത്യം ജഗന്മിഥ്യ) എന്നു വരുമ്പോൾ തന്നെ അതു ശാസ്ത്രത്തിന്റെ സർവനിരാകരണമാണ്. പ്രപഞ്ചമെന്ന പരമയാഥാർഥ്യത്തിൽ നിന്നാണ് ശാസ്ത്രം തുടങ്ങുന്നത്. ശരീരനിഷ്ഠമല്ലാത്ത ഒരു അഭൗമ പ്രതിഭാസമായ ആത്മാവാണ് മതത്തിന്റെ തുറുപ്പുചീട്ട്. ജനിക്കുമ്പോൾ എവിടെനിന്നാണ് അതു വന്നുകയറുന്നതെന്നോ, മരിക്കു

മ്പോൾ എങ്ങോട്ടു പോകുന്നുവെന്നോ പറയാനും തെളിയിക്കാനും ഒരു മതത്തിനും കഴിഞ്ഞിട്ടില്ല. മതപ്രമാണങ്ങളനുസരിച്ച് മനുഷ്യൻ അപ്പടിയേ സൃഷ്ടിക്കപ്പെട്ടതാണ് (ദൈവരൂപത്തിൽ), ശാസ്ത്രപ്രകാരമാകട്ടെ പരിണാമം വഴിയും.

ചുരുക്കത്തിൽ യാതൊരുവിധ താരതമ്യത്തിനും പ്രസക്തിയില്ലാത്ത വിഷയങ്ങളാണ് ശാസ്ത്രവും മതവും. അറിയാവുന്നതെന്താണെന്ന് ശാസ്ത്രം തെളിയിക്കുന്നു; അറിവില്ലാത്തതിനെപ്പറ്റി മതം പ്രസംഗിക്കുന്നു.

ശാസ്ത്രബോധം

ശാസ്ത്രം പഠിക്കുന്നതുകൊണ്ട് ശാസ്ത്രജ്ഞാനമുണ്ടാകാം. അതു പക്ഷേ ശാസ്ത്രബോധമാകുന്നില്ല. ശാസ്ത്രത്തിന്റെ പ്രയോഗമായ സാങ്കേതികവിദ്യ അഭ്യസിക്കുന്നതുകൊണ്ടും ശാസ്ത്രബോധം ഉണ്ടാകണമെന്നില്ല. കമ്പ്യൂട്ടറിന്റെയും വിവരസാങ്കേതികവിദ്യയുടെയും ചക്രവാളങ്ങൾ നിരന്തരം വികസിക്കുമ്പോഴും ഭാഗ്യച്ചരടും ജന്മനക്ഷത്രക്കല്ലും കുട്ടിച്ചാത്തൻ മഹിമയും വളരുന്നതു ശാസ്ത്രജ്ഞാനത്തിന്റെ കുറവുകൊണ്ടല്ല, ശാസ്ത്രബോധത്തിന്റെ അഭാവം കൊണ്ടാണ്. ശാസ്ത്രജ്ഞാനമെന്നത് വിവരശേഖരണം മാത്രമാകുമ്പോൾ ശാസ്ത്രബോധമെന്നത് സാമൂഹ്യരാഷ്ട്രീയ പ്രശ്നങ്ങളോടുള്ള മൂല്യബോധാധിഷ്ഠിതമായ സമീപനമാണ്. അതായത് ശാസ്ത്രജ്ഞാനം സാങ്കേതികമാണെങ്കിൽ ശാസ്ത്രബോധം അതിന്റെ പ്രയോഗമാണ്.

ശാസ്ത്രം പഠിച്ചവരും, ശാസ്ത്രജ്ഞർ പോലും അന്ധവിശ്വാസ പ്രചാരകരായി മാറുന്നതാണിക്കാലം. അതിന്റെ കാരണം അവരുടെ ശാസ്ത്രജ്ഞാനത്തിന്റെ പ്രശ്നമല്ല, ശാസ്ത്രബോധത്തിന്റെ പ്രയോഗമാണ്. ശാസ്ത്രബോധത്തിന് അടിസ്ഥാനമായ നാലു പ്രമാണങ്ങളുണ്ട്.

1. അറിവ് ആർജ്ജിക്കുന്നതിനുള്ള പ്രത്യേക മാർഗ്ഗം നൽകുന്ന ശാസ്ത്രീയരീതി.

2. അങ്ങനെ ലഭിക്കുന്ന അറിവ് മനുഷ്യോപകാരപ്രദമായി അവന്റെ പ്രശ്നങ്ങൾ പഠിക്കാനും പരിഹരിക്കാനുമുള്ള ഉപയോഗം.

3. ദൈനംദിന ജീവിതത്തിന്റെ സമസ്ത മേഖലകളിലും ശാസ്ത്രരീതി അനുവർത്തിക്കുന്നതിലൂടെയേ നിലനിൽപ്പും പുരോഗതിയും സാധ്യമാകൂ.

4. ശാസ്ത്രീയമായി കണ്ടെത്തിയതിനെ കാലഘട്ടത്തിന് അനുസൃതമായി അംഗീകരിക്കുകയും അല്ലാത്തവയെ ചോദ്യം ചെയ്യുകയും.

മനുഷ്യശരീരത്തെപ്പറ്റിയും അതിന്റെ പ്രവർത്തനങ്ങളെപ്പറ്റിയും പഠിച്ചു എന്നതുകൊണ്ട് ഡോക്ടർക്ക് മരുന്നു കുറിക്കാം. പക്ഷേ മരുന്നിനൊപ്പം പ്രാർഥിക്കണമെന്നു പറയുന്നത് അയാളുടെ ശാസ്ത്രബോധമില്ലായ്മ. റോക്കറ്റു വിക്ഷേപിക്കുന്നവന്റെ ഭൗതികശാസ്ത്ര പ്രാവീണ്യം, ഗണപതിക്കു തേങ്ങയുടച്ച് വിക്ഷേപണം നടത്തുമ്പോൾ ശാസ്ത്ര

ബോധമില്ലായ്മയായി മാറുന്നു. നഗ്നസന്യാസിയുടെ കൈയിലെ മൊബൈൽ ഫോൺ മാത്രമായി ഇത്തരക്കാരുടെ ശാസ്ത്രാവബോധം തരംതാഴുന്നു.

ശാസ്ത്രബോധം ഒരു സാമൂഹ്യപ്രയോഗമാണ്. അതിന്റെ രീതിശാസ്ത്രം യുക്തിപരമാണ്.

യുക്തിവാദത്തിന്റെ തത്വചിന്ത

ആധുനികശാസ്ത്രത്തിന്റെ പരമാവധി ആയുസ്സ് 500 വർഷമാണെങ്കിൽ തത്വശാസ്ത്രത്തിന് മൂന്ന് സഹസ്രാബ്ദത്തിലേറെ പഴക്കമുണ്ട്. 18-ാം നൂറ്റാണ്ടുവരെ ശാസ്ത്രമെന്നാൽ തത്വശാസ്ത്രം (philosophy) ആയിരുന്നു. തത്വശാസ്ത്രപഠനമെന്നത് മനുഷ്യന്റെ സർവതോമുഖമായ പഠനത്തിന്റെ ദർശനമായി. മനുഷ്യന്റെ വില, അവന്റെ പ്രായോഗികചിന്ത, ജീവിതലക്ഷ്യം, സമൂഹവുമായുള്ള ബന്ധം, കടമകൾ, മാനവികബോധം സൃഷ്ടിക്കൽ തുടങ്ങി സർവതലസ്പർശിയായ വിഷയങ്ങൾ തത്വശാസ്ത്രത്തിന്റെ ഭാഗമായി.

പരീക്ഷണ നിരീക്ഷണങ്ങളുടെ അഭാവമുണ്ടായിരുന്ന കാലത്തും തത്വശാസ്ത്രം വളരുകയും അത് ശാസ്ത്രത്തിന് വഴിതുറന്നിടുകയും ചെയ്തു. ദാർശനികരുടെ ഊഹങ്ങളാണ് (philosopher's speculation) ശാസ്ത്രസരണികൾ തുറന്നിട്ടത്. ഈ ദർശനങ്ങളാകട്ടെ യുക്തിയിൽ അധിഷ്ഠിതമായിരുന്നു. പൈഥഗോറസിന്റെ ആദ്യകാല യുക്തികളാണ് ജ്യോതിശാസ്ത്രത്തിലേക്കു നയിച്ചത്. അനക്സിമൻഡറുടെ സിദ്ധാന്തത്തിൽ നിന്നാണ് (മനുഷ്യർ മീനിൽ നിന്നു പരിണമിച്ചതാണ്) പരിണാമവാദം വഴിതേടുന്നത്. ഡമോക്രറ്റസിന്റെയും കണാദന്റെയും ദർശനങ്ങളിൽ നിന്നാണ് അണുസിദ്ധാന്തം ഉയിർക്കൊള്ളുന്നത്. അതായത് ശാസ്ത്രത്തിന് മുമ്പേ വളർന്നത് തത്വശാസ്ത്രവും അതിനു നിദാനമായത് യുക്തിവാദവുമാണ്. ശാസ്ത്രവും തത്വശാസ്ത്രവും തമ്മിലുള്ള ഈ പൂരകത്വം മനസ്സിലാക്കാത്തവർ കേവലശാസ്ത്രവാദികളായി പ്രശ്നങ്ങളെ ജഡിലമാക്കാറുണ്ട്.

ബർട്രാന്റ് റസ്സൽ പറയുന്നു, "ശാസ്ത്രമാണ് സകലതുമെന്ന് കരുതുന്നവർ അക്കാര്യത്തിൽ സംതൃപ്തരും ഉറച്ച വിശ്വാസികളുമാണ്. ശാസ്ത്രീയസങ്കൽപ്പത്തിന് സാഹചര്യപര്യാപ്തതയില്ലാതെ പ്രശ്നതാൽപര്യങ്ങളില്ല എന്നതിനെ പഴിക്കുകയും ചെയ്യുന്നു. അത്തരം ശാസ്ത്രവാദികളുടെ ധാരണ ജ്ഞാനത്തിനു (wisdom) പകരം വൈദഗ്ധ്യം (skill) മതിയെന്നാണ്. പുതിയ സാങ്കേതികത പുരോഗമനാത്മകമാണെന്നും അതുകൊണ്ട് എല്ലാറ്റിനെയും പരിഹരിക്കാമെന്നും കരുതുന്നത് മൗഢ്യമാണ്. ശാസ്ത്രസാങ്കേതികത നൽകുന്ന സന്തോഷത്തെ അന്ധവിശ്വാസജഡിലരായ ആളുകൾ അംഗീകരിക്കുമ്പോഴും, അന്ധവിശ്വാസം അതേപടി നിലനിൽക്കുന്നത് അതുകൊണ്ടാണ്. ശാസ്ത്രം അതുതന്നെയായി നിലനിൽക്കുമ്പോഴും അന്ധവിശ്വാസം പടർന്നുകയറുന്നത് ശാസ്ത്രത്തിന്റെ പരിമിതിയാണ്. ഇതിനെ പരിഹരിക്കാൻ തത്വശാസ്ത്ര

ത്തിനേ കഴിയുകയുള്ളൂ." അതുകൊണ്ടാണ് ശാസ്ത്രത്തിന് കഴിയാത്തത് തത്വശാസ്ത്രം വ്യാഖ്യാനിക്കുമെന്ന് റസ്സൽ വ്യക്തമാക്കിയത്.

യുക്തിയുടെ ലോകം അനന്തമാണ്. അത് വൈദഗ്ധ്യത്തേക്കാൾ വിവേകത്തിനും വിജ്ഞാനത്തിനും പ്രാധാന്യം നൽകുന്നു. കൃഷിയാരംഭിക്കാൻ മനുഷ്യൻ ശാസ്ത്രത്തെയല്ല യുക്തിയെയാണ് ആശ്രയിച്ചത്. ഏതാണ് ഭക്ഷണയോഗ്യം എന്നു കണ്ടെത്തി അതു വിളയിച്ച് സംഭരിച്ചുവയ്ക്കാൻ വഴിപറഞ്ഞുകൊടുത്തത് യുക്തിയാണ്. പ്രകൃതിശക്തികളിൽ നിന്ന് രക്ഷനേടാൻ പഠിച്ചതും ശാസ്ത്രം കൊണ്ടല്ല, വിവേകം കൊണ്ടാണ്. (പിന്നീട് അതിൽ വൈദഗ്ധ്യം ഉപയോഗിച്ച് വികസിപ്പിച്ചെടുത്തു) എബ്രഹാം ലിങ്കൺ അടിമവിമോചനത്തിന് ഉത്തരവിട്ടത് ശാസ്ത്രജ്ഞാനിയായതുകൊണ്ടല്ല; മൈക്കലാഞ്ജലോ മനുഷ്യശരീരത്തിന്റെ അനാട്ടമി വ്യക്തമാക്കിയത് ശാസ്ത്രം അഭ്യസിച്ചല്ല, അയ്യങ്കാളിയും നാരായണഗുരുവും ശാസ്ത്രം പഠിച്ചിട്ടല്ല സാമൂഹ്യവിമോചന പ്രവർത്തനത്തിനിറങ്ങിയത്. സാമൂഹ്യയാഥാർത്ഥ്യങ്ങളിൽ നിന്ന്, വസ്തുനിഷ്ഠ ബോധത്തിൽ നിന്നുതിർന്ന ദർശനമാണ് – യുക്തിബോധമാണ് – സമൂഹത്തെ ഇളക്കി മറിച്ചിട്ടുള്ളത്.

തത്വശാസ്ത്രത്തിന് രണ്ടു ലക്ഷ്യങ്ങളാണുള്ളത്. ഒന്നാമത്തേത് ലോകഘടനയെപ്പറ്റിയുള്ള താത്വിക ധാരണ. മാനവരാശിയുടെ ചരിത്രത്തിൽ നിന്ന് അരിച്ചെടുത്ത യാഥാർഥ്യബോധമാണിത്. രണ്ടാമത്തേത് നല്ല ജീവിതരീതിയെ കണ്ടെത്തി വളർത്തുകയെന്നതാണ്. ഹെറാക്ലിറ്റസ് മുതൽ കാൾ മാർക്സുവരെ ചെയ്തത് അതിനായുള്ള വ്യക്തവും വ്യതിരിക്തവുമായ വഴികൾ കണ്ടെത്തുകയെന്നതാണ്. ലോകത്തെ വ്യാഖ്യാനിക്കലാണ് ആദ്യവഴിയെങ്കിൽ, അതിനെ മാറ്റിത്തീർക്കുകയെന്നതാണ് രണ്ടാമത്തേത്. ഇതു ശുദ്ധ താത്വികത കൊണ്ടോ ശുദ്ധ പ്രയോഗമോ ശുദ്ധ ശാസ്ത്രമോ കൊണ്ടോ സാധ്യമല്ല.

മനുഷ്യവർഗം നേരിട്ടത് മുഖ്യമായും രണ്ടു പ്രശ്നങ്ങളാണെന്ന് റസ്സൽ നിരീക്ഷിക്കുന്നു. പ്രകൃതിശക്തികളെ നേരിട്ട് ജ്ഞാനവും കഴിവുമാർജ്ജിച്ചതാണ് ഒന്നാമത്തേത്. പ്രകൃതിയെ പ്രോത്സാഹിപ്പിച്ച് തനിക്ക് അനുയോജ്യമായ ജന്തുസസ്യജാലത്തെ സൃഷ്ടിച്ചത് ഇങ്ങനെയാണ്. പ്രകൃതിസ്രോതസ്സുകളെ പരമാവധി പ്രയോജനപ്പെടുത്തി ജീവിതത്തെ സാർഥകമാക്കുകയാണിത്. മനുഷ്യന്റെ മേധാശക്തി എപ്രകാരം പ്രകൃതിക്കു മേൽ എങ്ങനെ പ്രയോജനപ്പെടുത്താമെന്നതാണ് രണ്ടാമത്തെ പ്രശ്നം. ഇതാണ് സമൂഹത്തിൽ പ്രശ്നങ്ങൾ സൃഷ്ടിക്കുന്നത്. ഏകാധിപത്യമോ ജനാധിപത്യമോ അഭിലഷണീയം, മുതലാളിത്തമോ സോഷ്യലിസമോ ശ്രേയസ്കരം തുടങ്ങിയ ചർച്ചകളും പ്രയോഗങ്ങളും ഇതിന്റെ ഭാഗമാണ്. ശാസ്ത്രത്തിന്റെ റോൾ ഇവിടെ പരിമിതമാണ്. തത്വശാസ്ത്രമാണ് അവിടെ മേധാവിത്വം ചെലുത്തുന്നത്. നാളിതുവരെയുള്ള മനുഷ്യവികാസത്തിന്റെ ചരിത്രം ബോധ്യപ്പെടുത്തുന്നതും തത്വശാസ്ത്രത്തിന്റെ ഈദൃശ വസ്തുതയാണ്. അതുതന്നെയാണ് യുക്തിവാദത്തിന്റെ ചരിത്രപ്രാധാന്യവും.

4

അന്ധവിശ്വാസങ്ങളുടെ അയുക്തി

'വിശ്വാസം' എന്നത് മതവിശ്വാസത്തെയും ദൈവവിശ്വാസത്തെയുമാണ് പ്രതിനിധീകരിക്കുന്നതെങ്കിൽ സാമൂഹ്യവികാസത്തിന്റെ ചരിത്രം ഈ വിശ്വാസങ്ങൾക്കെതിരായ പോരാട്ടമാണ്. ഈശ്വരവിശ്വാസമെന്നത് കേവലം വെളിപാടുകളിലൂടെയുണ്ടായ ഏകദൈവ/ത്രിത്വ/ബഹുദൈവ ആരാധനകൾ മാത്രമല്ല. അതിലും പ്രാചീനവും പ്രാകൃതവുമായ വിശ്വാസങ്ങൾ മനുഷ്യചരിത്രത്തിലുണ്ട്. അതിൽ ഒട്ടുമിക്കവയും ഉപരിപ്ലവമായ മാറ്റങ്ങളോടെയും അതേപടിയും ഇന്നും നിലനിൽക്കുന്നുവെന്നതാണ് സത്യം. അവയെ അന്ധവിശ്വാസങ്ങൾ എന്നു ലേബലൊട്ടിക്കുന്നതിൽ അർഥമില്ല. കാരണം അവയെല്ലാം തന്നെ അന്ധമായ ദൈവ–മതവിശ്വാസങ്ങളുമായി അഭേദ്യമായി ബന്ധപ്പെട്ടിരിക്കുന്നു. ഈ വിശ്വാസികൾ തന്നെയാണ് അന്ധതകളുടെ ഉപാസകരും. അത്തരം വിശ്വാസങ്ങൾ നിരവധിയാണ്.

മന്ത്രവാദം

വിശ്വാസങ്ങളിൽ ഏറെ പ്രാചീനമാണ് മന്ത്രവാദം. മൃഗങ്ങളെ വേട്ടയാടി നടന്ന പ്രാചീന മനുഷ്യൻ പ്രകൃതിശക്തികൾക്കു മുന്നിൽ അമ്പരന്നു നിന്നപ്പോൾ, അതിനെ നേരിടാൻ ഒരു വഴിയെന്ന നിലയിൽ രൂപം കൊണ്ടതാണ് മന്ത്രവാദം (ഇതുതന്നെയാണ് മതത്തിന്റെ കഥയും. മതാചാരങ്ങളൊക്കെ ഒരുതരം മന്ത്രവാദമാണ്). അന്ധമാണെങ്കിലും ചില കാര്യകാരണ ബന്ധങ്ങളിലും തെറ്റായ ചില പ്രകൃതി നിയമങ്ങളിലും അധിഷ്ഠിതമാണ് മന്ത്രവാദം.

സദൃശങ്ങൾ സദൃശങ്ങളെ സൃഷ്ടിക്കുന്നു (Like produces like) എന്ന സദൃശനിയമവും (Law of similarity) കാര്യം കാരണത്തിന്റെ

സാമ്യം വഹിക്കുന്നു (An effect resembles its cause) എന്ന സമ്പർക്ക നിയമവും (Law of contact/contagion) ആണ് മന്ത്രവാദത്തിന്റെ അടിത്തറ. രണ്ടു വസ്തുക്കൾ പരസ്പരം സംഘടിച്ചിരുന്നാൽ ആ ബന്ധം വേർപെട്ടാലും സമ്പർക്കം തുടരുമെന്നുള്ളതാണ് സമ്പർക്കനിയമം. ശത്രുവിന്റെ പല്ലോ നഖമോ കൈവശപ്പെടുത്തി അവയെ മന്ത്രവാദ ഉപകരണമാക്കി നശിപ്പിക്കുന്നതാണ് ഇതിന്റെ പ്രയോഗം. താൻ ആഗ്രഹിക്കുന്ന ഫലം അതിന്റെ അനുകരണംകൊണ്ടു സിദ്ധിക്കുന്നുവെന്നതാണ് സദൃശനിയമം. പ്രേതങ്ങളുടെ പ്രതിരൂപമായി സങ്കൽപ്പിക്കുന്ന പ്രതിമകളിൽ ആണി തറച്ചാൽ അത് യഥാർഥ രൂപങ്ങളിൽ ചെന്നു തറയ്ക്കുമെന്നത് ഇതിനുദാഹരണമാണ്. പുണ്യാഹം കൊണ്ടോ മറ്റോ മഴയുടെ അനുകരണം നടത്തിയാൽ മഴയുണ്ടാകുമെന്നത് മറ്റൊരു ഉദാഹരണം.

ഗോത്രാന്തര ബന്ധത്തിലെ ഒരു സവിശേഷഘടകമാണ് മന്ത്രവാദം എന്നാണ് നരവംശ ശാസ്ത്രജ്ഞനായ മലിനോവ്സ്കിയുടെ വിലയിരുത്തൽ. അപരിചിതവും അപ്രതീക്ഷിതവുമായ എന്തിനെയും ഭയത്തോടെ വീക്ഷിക്കുന്ന അവസ്ഥയിലാണ് മന്ത്രവാദത്തിന്റെയും മന്ത്രവാദിയുടെയും വിജയമിരിക്കുന്നത്. പ്രപഞ്ചത്തെ മനസ്സിലാക്കാനുള്ള ആദ്യ സംരംഭങ്ങളിൽ നിന്നാണ് മതവിശ്വാസങ്ങളുണ്ടായതെങ്കിൽ പ്രകൃതിയെ നിയന്ത്രിക്കാനുള്ള സംരംഭങ്ങളായി ആചാരങ്ങളും മന്ത്രവാദവും. പ്രകൃതികോപങ്ങളിൽ നിന്നും രോഗങ്ങളിൽ നിന്നും രക്ഷപ്പെടാനും കൂടുതൽ മൃഗങ്ങളെ വേട്ടയാടാനും മന്ത്രവാദത്തെ ഉപയോഗിച്ചു. പ്രത്യക്ഷത്തിലുള്ളവയെ നിയന്ത്രിക്കുന്നു എന്ന തോന്നൽ ഉളവാക്കിയാൽ അതിനെ ശരിക്കും നിയന്ത്രിക്കാൻ കഴിയും എന്ന വിശ്വാസമാണ് ഇതിനടിസ്ഥാനം. ഒരർഥത്തിൽ മനുഷ്യനിസ്സഹായതയുടെ ഒരു പ്രകടനമാണിത്. മലിനോവ്സ്കി എഴുതുന്നു "പൗരാണിക മനുഷ്യന് കാലാവസ്ഥകളെ നിയന്ത്രിക്കാൻ കഴിഞ്ഞില്ല. മഴ, സൂര്യപ്രകാശം, കാറ്റ്, ചൂട്, തണുപ്പ് എന്നിവയെ എത്ര പരിശോധിച്ചാലും ചിന്തിച്ചാലും സ്വന്തം പ്രയത്നം മൂലം മാറ്റാൻ കഴിയില്ലെന്നു മനസ്സിലാക്കി അതിന് മന്ത്രവാദത്തിലൂടെ ഉത്തരം കണ്ടെത്താൻ ശ്രമിച്ചു..."

'വിശ്വാസം രക്ഷിക്കും' എന്ന കൽപ്പനയാണ് മന്ത്രവാദത്തിന്റെ അടിത്തറ. മന്ത്രവാദിക്ക് തന്റെ കർമ്മങ്ങളിലുള്ള വിശ്വാസം, രോഗിക്ക് മന്ത്രവാദത്തിലും മന്ത്രവാദിയിലുമുള്ള വിശ്വാസം, സമൂഹത്തിലെ വിശ്വാസപ്രമാണങ്ങൾ എന്നിവ ഇതിന്റെ സാധൂകരണമാകുന്നു. ലഘുമനോരോഗങ്ങൾക്ക് ഒരു താൽക്കാലിക പ്രതിവിധിയാണ് മന്ത്രവാദം. രോഗിയുടെ അബോധമനസ്സിൽ മന്ത്രവാദിയുടെ ആവർത്തിച്ചുള്ള നിർദേശം (suggestion) ചെലുത്തുന്ന സ്വാധീനമാണിത്. നിശ്ചിതസമയം കഴിഞ്ഞാൽ രോഗം മൂർച്ഛിക്കുകയും ചെയ്യും. മരുന്ന് കഴിച്ചില്ലെങ്കിലും ഒരാഴ്ചകൊണ്ടു മാറുന്ന ജലദോഷം, മുറിവ്, ചൊറി പോലുള്ള രോഗങ്ങൾ ഇങ്ങനെ മാറിയതിന്റെ തെളിവായി ഉദ്ഘോഷിക്കാറുണ്ട്.

പ്രേതത്തിലുള്ള വിശ്വാസം ഇതിന്റെ ഒരു വശമാണ്. ജീവിച്ചിരിക്കുന്നവരെ മരിച്ചവരുടെ ആത്മാവ് 'ഉപദ്രവിക്കു'മെന്ന വിശ്വാസവും മന്ത്ര

തന്ത്രങ്ങൾക്കും മരണാനന്തരകർമ്മങ്ങൾക്കും കാരണമാണ്. ഹിസ്റ്റീരിയയുടെ വകഭേദമായ Possession syndrome ഇത്തരമൊന്നാണ്. മരിച്ചുപോയവർ തന്റെ ശരീരത്തെ ബാധിച്ചതായി സ്വയം ധരിക്കുന്ന രോഗമാണിത്. ഈ ബാധയെ ഒഴിവാക്കാൻ മന്ത്രവാദം നടത്താറുണ്ട്.

ജാതിവ്യവസ്ഥയുടെ പ്രതിഫലനം മന്ത്രവാദത്തിലുമുണ്ട്. വെളുത്ത മന്ത്രവാദം ബ്രാഹ്മണരുടെയും കറുത്ത മന്ത്രവാദം (ദുർമ്മന്ത്രവാദം) നീചരുടെയും വക. (പരശുരാമൻ മന്ത്രവാദത്തിനു നിയോഗിച്ചത് കല്ലൂർ, കാട്ടുമാടം, കാവനാട്, കണ്ണമംഗലം, സൂര്യകാലടി എന്നീ ബ്രാഹ്മണ കുടുംബങ്ങളെയും കല്ലടിക്കോട് എന്ന പറയ കുടുംബത്തെയുമായിരുന്നുവെന്ന ഐതിഹ്യമുണ്ട്) മദ്യവും മാംസവും നിവേദിക്കുക, നരബലിയും മൃഗബലിയും നടത്തുക, ശാരീരിക പീഡനമേൽപിക്കുക, ഭീകരരംഗങ്ങൾ സൃഷ്ടിക്കുക തുടങ്ങിയവ ദുർമ്മന്ത്രവാദത്തിന്റെ സ്വഭാവങ്ങളാണ്. കരിങ്കുട്ടി, കുട്ടിച്ചാത്തൻ, ചുടലഭദ്രകാളി, രക്തചാമുണ്ഡി, എരികാമമോഹിനി, യോനിമർദ്ദിനി, പറക്കുട്ടി, ബാലപ്രദക്ഷിണി, രന്തുകാമൻ, ആകാശയക്ഷി എന്നിവയെ പൂജിക്കുന്നവരും മാട്, മാരണം, ഒടി, കൊല തുടങ്ങിയ ആഭിചാരങ്ങളുമാണ് മറ്റൊരു വക.

മന്ത്രവാദം പൊതുവെ ആറു കർമ്മങ്ങളാണ്. ശാന്തി, വശ്യം, സ്തംഭനം, വിദ്വേഷണം, ഉച്ചാടനം, മാരണം എന്നിവ. ഇവയുടെ അധിദേവതകൾ രതി, വാണി, രമ, ജ്യേഷ്ഠ, ദുർഗ്ഗ, കാളി എന്നിവരാണ്. മന്ത്രപ്രയോഗത്തിന് സമയമുണ്ട്. വശീകരണമന്ത്രം അതിരാവിലെ; വിദ്വേഷണോച്ചാടനം കുറച്ചുകഴിഞ്ഞ്; ശാന്തിവൃഷ്ടി ഉച്ചകഴിഞ്ഞ്; മാരണം രാത്രിയിൽ എന്നിങ്ങനെ. ഇവയ്ക്ക് പ്രത്യേക വർണ്ണരൂപങ്ങളും നിർദേശിച്ചിട്ടുണ്ട്. മന്ത്രംചൊല്ലലിനിടയ്ക്ക് ചില ശബ്ദങ്ങൾ പുറപ്പെടുവിക്കും. ബന്ധനം, ഉച്ചാടനം എന്നിവയ്ക്ക് 'ഹും' എന്നും ചോദനത്തിന് 'ഫട്' (മാരണത്തിനും അതുതന്നെ) ഗ്രഹശല്യങ്ങൾക്ക് 'ഹുംഭട്ട്', ശാന്തികർമ്മങ്ങൾക്ക് 'വൗഷട്', ഹവനത്തിന് 'സ്വാഹ', പൂജയ്ക്ക് 'നമഃ', വശീകരണത്തിന് 'സ്വധാ' എന്നുമാണ് ശബ്ദം. മന്ത്രങ്ങൾക്കിടയ്ക്ക് മുദ്രകൾ കാണിക്കും. മന്ത്രത്തിന് ലിംഗവ്യത്യാസവുമുണ്ട്. 'സ്വാഹ' എന്നിവസാനിക്കുന്നത് സ്ത്രീയും, 'നമഃ'യിൽ തീരുന്നത് നപുംസകവും 'ഹുംഭട്ട്' പുരുഷനുമാണ്! ചടങ്ങിന് മന്ത്രവാദി ഇരിക്കുന്നതിനും നിയമമുണ്ട്. വശീകരണത്തിന് ആട്ടിൻതോലിൽ ഭദ്രാസനവും, ആകർഷണത്തിന് പുലിത്തോലിൽ കുക്കുടാസനവും, ഉച്ചാടനത്തിന് ഒട്ടകത്തോലിൽ അർദ്ധസ്വസ്തികയും, മാരണത്തിന് പോത്തിൻതോലിൽ വികടാസനവും എന്നാകുന്നു വിധി. തോലൊന്നും ഇല്ലെങ്കിൽ ചുവന്ന പട്ടായാലും മതി!

കർമ്മങ്ങൾക്ക് ഉപയോഗിക്കുന്ന പാത്രങ്ങൾ, ദ്രവ്യങ്ങൾ, ഹോമകുണ്ഡങ്ങൾ, കുംഭങ്ങൾ, മാലകൾ എന്നിവയ്ക്കെല്ലാം പ്രത്യേകം നിർദ്ദേശങ്ങളുണ്ട്. മന്ത്രങ്ങൾക്ക് എണ്ണവുമുണ്ട്. പതിനായിരം എള്ളു ഹോമിച്ചാൽ ഏവരേയും സ്വാധീനിക്കാം. അത്രയും കടുകായാൽ ഏതു മഹാരോഗവും മാറും. മന്ത്രങ്ങൾ എഴുതാനും വരയ്ക്കാനുമൊക്കെ 'വിധികൾ' ഉണ്ട്. അതു തെറ്റിയാലും ഫലമില്ലാതാകും. യഥാർഥത്തിൽ സര

സമായ ഒരു ലോജിക് ഇതിനു പിന്നിലുണ്ട്. യാതൊരിക്കലും ആരാലും ചെയ്യാനാവാത്ത വിധികളാണ് മന്ത്രവാദത്തിനുള്ളത്. അത് അണുവിട തെറ്റിയാൽ ഫലം ഉണ്ടാവില്ല എന്നതാണ് വിദഗ്ധമതം.

സ്ത്രീപുരുഷ വശീകരണത്തിനുള്ള ഒരു മന്ത്രം ഇപ്രകാരമാണ്.

'ഓം നമഃശയ്യായെ ഭരി വിഭരി യാമിനി
അമുകം മെ വശമാനയ സ്വാഹ'

ഇതു നൂറ്റൊന്നു തവണ ചൊല്ലിയതു കൊണ്ടുമാത്രം കാര്യമില്ല. കാക്കയുടെ നാവ്, വയമ്പ്, കൊട്ടം, സ്ത്രീയുടെ ആർത്തവരക്തം, മഞ്ഞ ട്ടിപ്പൊടി, തകരയരി, വെൺകടുക്, ശിവലിംഗത്തിൽ ചാർത്തിയ മാല ഇവ സമമായി ഉണക്കിപ്പൊടിച്ച് ഭക്ഷണത്തിൽ കലക്കിക്കൊടുത്താൽ പുരുഷൻ വശപ്പെടും.

സ്ത്രീയെ വശീകരിക്കാനുള്ള മന്ത്രം
'ഓം നമഃ കപാലരുദ്രായ സർവ്വലോക
വംശകരായ അനാഥായ പ്രതിഹത
ബലവീര്യ പരാക്രമ പ്രഭവായ ഹാഹാ
ഹൈഹൈ പച പചമാരായമാരായ
കപടകപട കാടസഷു കർമ്മകരി അമുക്കും
മെ വശമാനായ സ്വാഹ!

പതിനായിരം തവണയാണിതു ചൊല്ലേണ്ടത്. ഒപ്പം മാടപ്രാവിന്റെ ഹൃദയവും കണ്ണും നാക്കും ചോരയും ഗോരോചനയോടു കൂടി അരച്ച് അഞ്ജനമാക്കി കണ്ണെഴുതുകയും വേണം. നോക്കുന്ന സ്ത്രീകളൊക്കെ വശപ്പെടും.

ലോകത്തൊരുത്തരെക്കൊണ്ടും സാധിക്കാത്ത കാര്യങ്ങളാണ് മന്ത്ര വാദവിധികൾ. കറുത്തവാവു നാളിൽ, ശവപ്പറമ്പിലെ പാലയുടെ തെക്കോ ട്ടുള്ള വേരിന്റെ തുമ്പു കണ്ടെത്തി .... എന്നുംമറ്റുമടങ്ങുന്ന വിധി യഥാർഥ ത്തിൽ ആളെ കളിയാക്കുന്നതല്ലാതെ മറ്റെന്താണ്? ലോകത്തെങ്ങും കിട്ടാ ത്തതായിരിക്കും മറ്റു ചിലത്. മണലുകൊണ്ടുള്ള കയറും, ആകാശ ത്തിന്റെ കുരുന്നും .... അധികം വിശദീകരണമില്ലാതെ മന്ത്രവാദത്തിന്റെ അർഥശൂന്യതയറിയാൻ ഇതു മതിയാകും.

ജ്യോത്സ്യം

'കുലീനയായ മാതാവിന്റെ കുലടയായ മകൾ' എന്നാണ് കെപ്ലർ ജ്യോത്സ്യത്തെ വിശേഷിപ്പിച്ചത്. കാരണം ജ്യോതിശാസ്ത്രത്തിന്റെ (Astronomy) മറവിൽ ശാസ്ത്രപരിവേഷം പൂണ്ടുനിൽക്കുന്ന കപടവി ശ്വാസമാണ് ജ്യോതിഷം (Astrology). ബി സി 3-ൽ മെസപ്പെട്ടോമിയ യിലാണ് ഇതിന്റെ തുടക്കം.

'ഫലപ്രവചനശാസ്ത്ര'മെന്നു പ്രചരിപ്പിക്കപ്പെടുന്ന ജ്യോതിഷ ത്തിന്റെ അടിസ്ഥാനപ്രമാണങ്ങൾ ഇവയാണ്.

1. ഗ്രഹങ്ങളുടെ ചക്രവർത്തി സൂര്യനാണ്.

2. കാലചക്രത്തെ നിയന്ത്രിക്കുന്ന ജ്യോതിസ്സുകൾക്ക് ദിവ്യശക്തിയുണ്ട്.
3. ഭൂമിക്കു ചുറ്റുമുള്ള ആകാശമണ്ഡലം വൃത്താകാരമാണ്. അതിനെ രാശികളായി വിഭജിച്ചിരിക്കുന്നു.
4. ഗ്രഹങ്ങൾക്ക് ഇച്ഛാശക്തിയും ക്രിയാശക്തിയും ഓരോരോ സവിശേഷതകളുമുണ്ട്. അവരിൽ പാപികളും ശൂദ്രന്മാരുമുണ്ട്.
5. ഗ്രഹങ്ങളും നക്ഷത്രങ്ങളും സകലജീവജാലങ്ങളുടെയും ദൈനംദിന ജീവിതത്തെ നിയന്ത്രിക്കുന്നു.
6. മനുഷ്യന്റെ ഓരോ മണ്ഡലങ്ങളെയും ഭരിക്കുന്നത് ഓരോ ഗ്രഹങ്ങളാണ്.
7. ജ്യോതിർഗോളങ്ങൾ ഏതു രാശിയിൽ സ്ഥിതി ചെയ്യുന്നുവെന്നതിനെ ആശ്രയിച്ച് ഫലപ്രവചനം നടത്താം.

ശാസ്ത്രവുമായി താരതമ്യപ്പെടുത്തിയാൽ മേൽ പ്രമാണങ്ങളുടെ ഫലം നിരാശാജനകമായിരിക്കും. ജ്യോത്സ്യത്തിലെ നവഗ്രഹങ്ങൾ സൂര്യൻ, ചന്ദ്രൻ, ബുധൻ, ശുക്രൻ, ചൊവ്വ, വ്യാഴം, ശനി, രാഹു, കേതു ഇവയാണ്. ഇതിൽ സൂര്യനും ചന്ദ്രനും ഗ്രഹങ്ങളല്ല. രാഹു, കേതു ഇവയെപ്പറ്റി യാതൊരു പിടിയുമില്ല. ഇപ്പോൾ പത്താമതൊരു ഗ്രഹത്തെ (ക്വാവാർ) കണ്ടെത്തിയിരിക്കുന്നു. പ്ലൂട്ടോ എന്ന ഗ്രഹം പുറത്തായതായി അടുത്ത കാലത്തു തെളിയിക്കപ്പെട്ടിരിക്കുന്നു. യുറാനസ്, നെപ്ട്യൂൺ എന്നിവയെപ്പറ്റി യാതൊരു ജ്യോത്സ്യത്തിനും പിടിയില്ല. പിന്നെങ്ങനെയാണ് ജ്യോത്സ്യം ശാസ്ത്രമാകുക?

ഗ്രഹങ്ങളുടെ ആകർഷണമാണ് ജ്യോത്സ്യക്കാരന്റെ തുറുപ്പുചീട്ട്. വാവുനാളിലെ വേലിയേറ്റവും, മൃഗങ്ങളിലെ വികാരപ്രകടനവും ഒക്കെ ഇതിനു തെളിവായി നിരത്തുന്നു. ആകർഷണം ഗ്രഹങ്ങൾ ഭൂമിക്കു മേൽ മാത്രം നടത്തുന്ന ഒന്നല്ല. എല്ലാ ഗ്രഹങ്ങളും തമ്മിലും ഗ്രഹങ്ങളും ഉപഗ്രഹങ്ങളും തമ്മിലും സൂര്യനോടും ആകർഷണമുണ്ട്. ഭൂമിയുടെ 2/3 ഭാഗമായ കടലിനും ബാക്കി വരുന്ന കരയ്ക്കും മീതെയുണ്ടാകുന്ന ചന്ദ്രന്റെ ആകർഷണം പിണ്ഡത്തിന്റെ (mass) അളവുവച്ചു നോക്കിയാൽ തുലോം നിസ്സാരമാണ്. പിന്നല്ലേ രണ്ടോ മൂന്നോ കിലോ ഭാരം വരുന്ന ഒരു കുട്ടിയെ ആകർഷിക്കുന്നത്. വീട്ടിലെ ടി വിയോ ഫ്രിഡ്ജോ ചെലുത്തുന്ന ആകർഷണസ്വാധീനം പോലും ചന്ദ്രന് ചെയ്യാൻ കഴിയില്ല. വാവ് അടുക്കുമ്പോൾ ഋതുഭേദമുണ്ടാകുകയും തണുപ്പ് വർദ്ധിക്കുകയും ചെയ്യുന്നതുകൊണ്ട് കാസരോഗികളുടെ ശ്വാസനാളം ചുരുങ്ങുന്നു. അതിന് തണുപ്പുമായാണ് ബന്ധം, ഗ്രഹവുമായല്ല. മരുന്നു കഴിച്ചാൽ ഇത് ഒഴിവാക്കാനുമാകാം. പശുക്കളിലും മറ്റും അണ്ഡവിസർജ്ജന സമയത്ത് ഉൽപ്പാദിപ്പിക്കപ്പെടുന്ന 'ഈസ്ട്രജൻ' മൂലമാണ് കാമവാസനയുണ്ടാകുന്നത്. ഇതിന് ചന്ദ്രനുമായെന്തു ബന്ധം? വാദത്തിനു വേണ്ടി ഗ്രഹസ്വാധീനം സമ്മതിച്ചാൽ തന്നെ ഇതെങ്ങനെയാണ് ഭാവി പ്രവചിക്കുന്നതിന് കാരണമാകുക? ജഡമായ ഗ്രഹങ്ങൾ എങ്ങനെയാണ് നോക്കെത്താദൂരത്തു കിടക്കുന്ന ഒരാളുടെ ജീവിതത്തിന്റെ ഭാവി നിർണ്ണയിക്കുക?

ജാതകം കുറിക്കുന്നത് ജനനസമയത്തിന്റെ അടിസ്ഥാനത്തിലാണ്. പക്ഷേ 'ജനനസമയ'ത്തെപ്പറ്റി ജ്യോത്സ്യന്മാർ തന്നെ അഭിപ്രായവ്യത്യാസമുള്ളവരാണ്. ജനനം ഒരു മിനിട്ടുകൊണ്ടു നടക്കുന്ന ഒരു പ്രക്രിയയല്ല. തല പുറത്തുവന്ന് മിനിട്ടുകൾക്കു ശേഷമാണ് ശരീരം പുറത്തുവരിക. സിസേറിയൻ വഴിയാണെങ്കിൽ യഥാർഥത്തിൽ ജനിക്കേണ്ട സമയത്തല്ല അതു സംഭവിക്കുന്നത്. കാലമെത്താതെ നടക്കുന്ന പ്രസവത്തിൽ (premature delivery) യഥാർഥ ജനനസമയം ഏതാണ്? പൊക്കിൾക്കൊടി മുറിക്കുന്ന സമയമാണ് യഥാർഥ ജനനസമയമെന്ന് ചില ജ്യോത്സ്യർ. ഇവയെല്ലാം എങ്ങനെയാണ് പൊരുത്തപ്പെടുക? ശാസ്ത്രീയമായിപ്പറഞ്ഞാൽ സ്ത്രീപുരുഷ ബീജങ്ങൾ തമ്മിൽ ഗർഭപാത്രത്തിൽ വെച്ചുനടക്കുന്ന സങ്കലനസമയമാണ് യഥാർഥജനനസമയം. ഇതു കൃത്യമായി കണ്ടെത്താൻ കഴിയില്ല. ജ്യോത്സ്യന്മാർക്കു തന്നെ ഇതിന്റെ പ്രമാണങ്ങളിൽ പൊതുധാരണയില്ലെന്നിരിക്കെ ഇതെങ്ങനെയാണ് ഒരു ശാസ്ത്രമാകുക?

ഹസ്തരേഖ

കൈയിലെ രേഖകൾ (ശരീരത്തിലെ ഇതരരേഖകളും) ആ ഭാഗം മടക്കുന്നതുകൊണ്ടു രൂപപ്പെട്ടതാണ്. മടക്കുചുളിവുകൾ എന്ന അർഥത്തിൽ ഫ്ളെക്സിയോൺക്രീസസ് (flexion creasess) എന്നാണ് അവ അറിയപ്പെടുന്നത്. ഇവയുള്ള സ്ഥലങ്ങളിൽ തൊലി അയഞ്ഞുപോരാത്തവിധം ഉറപ്പിക്കപ്പെട്ടിരിക്കുന്നതിനാൽ വസ്തുക്കളെ മുറുകെപ്പിടിക്കാൻ കഴിയും. കൈയിൽ തഴമ്പ് (തൊലിക്കു കട്ടി) കൂടുമ്പോൾ ഈ രേഖകൾ പലതും മാഞ്ഞുപോകും. ശോഷിക്കുന്നതിനനുസരിച്ച് രേഖകൾ കൂടുകയും ചെയ്യും. ഈ രേഖകളുടെ അടിസ്ഥാനത്തിൽ വ്യക്തിയുടെ ഭാവി പ്രവചിക്കാമെന്നു നടിക്കുന്നതാണ് 'ഹസ്തരേഖാശാസ്ത്രം!'

കൈയിലെ രേഖ എവിടെ തുടങ്ങി എവിടെ അവസാനിക്കുന്നു, കവരങ്ങൾ, വക്രത, നീളം തുടങ്ങിയവയുടെ അടിസ്ഥാനത്തിൽ രേഖകൾക്കിടയിൽ വ്യാഴ, ശുക്രമണ്ഡലങ്ങൾ ഉണ്ടെന്നു സ്ഥാപിക്കാൻ ശ്രമിക്കുന്നവരും, ഇതിന് ഗ്രഹങ്ങളുമായുള്ള ബന്ധം എന്താണെന്നു വ്യക്തമാക്കുന്നില്ല. ശാസ്ത്രത്തിന്റെ പ്രാഥമിക തത്വങ്ങളും സവിശേഷതകളുമായി യാതൊരു ബന്ധവും ഇതിനില്ല. ജ്യോതിഷത്തിലെന്ന പോലെ ഹസ്തരേഖ പ്രവചനത്തിലും ഫലസിദ്ധിയുണ്ടോയെന്ന് ആരും പരിശോധിക്കാറില്ല; ഫലിച്ചില്ലെങ്കിൽ ആരുമതു പറയാറുമില്ല.

വാസ്തുശാസ്ത്രം

'വാസ്തു' എന്നാൽ വസിക്കാൻ പറ്റിയ ഭൂമി. ഈ 'ശാസ്ത്ര'ത്തെ സംബന്ധിക്കുന്ന ആദ്യകൃതി കശ്യപമുനിയുടെ കശ്യശിൽപം ആണ്. *മത്സ്യപുരാണം, അഗ്നിപുരാണം, അഥർവ്വവേദം* എന്നിവയിലും തത്സംബന്ധിയായ പരാമർശമുണ്ട്. ബ്രഹ്മാവിൽ നിന്നുദിച്ച് പരാശരൻ, കശ്യപൻ,

ഗർഗൻ, ബൃഹദ്രഥൻ, വിശ്വകർമ്മാവ് എന്നിവരിലൂടെ പകർന്നുകിട്ടിയ ഒരു 'ദിവ്യശാസ്ത്ര'മാണിതെന്ന് *വിശ്വകർമ്മ പ്രകാശിക* വെളിപ്പെടുത്തുന്നു.

വസിക്കുന്ന ഭൂമിയുടെ അധിപനാണ് വാസ്തുപുരുഷൻ. ഈ ഭൂപ്രദേശത്തിന്റെ എട്ടു ദിക്കുകളിലായി വസിക്കുന്ന ഇന്ദ്രൻ (കിഴക്ക്) അഗ്നി (തെക്കുകിഴക്ക്) യമൻ (തെക്ക്) നിരൃതി (തെക്കുപടിഞ്ഞാറ്) വരുണൻ (പടിഞ്ഞാറ്) വായു (വടക്കുപടിഞ്ഞാറ്) കുബേരൻ (വടക്ക്) ഈശാനൻ (വടക്കുകിഴക്ക്) എന്നീ അഷ്ടദിക്പാലകരുടെ അധിപനാണ് വാസ്തുപുരുഷൻ.

വാസ്തു ശാസ്ത്രപ്രകാരം ഉത്തമഭൂമിയും അധമഭൂമിയുമുണ്ട്. ലക്ഷണം നോക്കാൻ വസ്തുവിലെത്തുമ്പോൾ പശുക്കളും പരിചിതരായ ആളുകളുമുണ്ടെങ്കിൽ ഉത്തമഭൂമി. ഫലസസ്യങ്ങൾ ഉണ്ടായിരിക്കുക, സമനിരപ്പായിരിക്കുക, കിഴക്കോട്ട് ചരിവ്, മിനുപ്പുള്ള മണ്ണ്, മണ്ണിൽ ചവിട്ടിയാൽ ഗംഭീരശബ്ദം, വിത്തുവിതച്ചാൽ മുളയ്ക്കുക, വേനൽക്കാലത്തും വെള്ളമുണ്ടാവുക, കുഴിച്ചെടുത്ത മണ്ണ് തിരിച്ച് ആ കുഴിയിലിട്ടാൽ മണ്ണു ശേഷിക്കുക എന്നിവ ഉത്തമഭൂമിയുടെ ലക്ഷണം.

വൃത്താകാരത്തിലുള്ളതും, മൂന്നോ അഞ്ചോ ആറോ കോണുകളുള്ളതും, മത്സ്യം, ആന, ആമ തുടങ്ങിയവയുടെ രൂപത്തിലുള്ളതും, ചാരം, കരിക്കട്ട, തലമുടി, പാറ്റ എന്നിവയുള്ളതും, നടുവശം താണതും, കോൺ തിരിഞ്ഞ് ദുർഗന്ധമുള്ളതുമായ ഭൂമി അധമഭൂമി. തെക്കുവടക്കു ദീർഘമായാൽ സമൃദ്ധിയും, സമചതുരമായാൽ ധനാഭിവൃദ്ധിയും, വൃത്തകാരമായാൽ ദാരിദ്ര്യവും, നടുഭാഗം താണതായാൽ വാതരോഗപീഡയും, വില്ലിന്റെ ആകൃതിയിലായാൽ ആപത്തും കുടത്തിന്റെ ആകൃതിയിലായാൽ കുഷ്ഠരോഗവും ഫലം.

വെള്ളവും ഫലവൃക്ഷങ്ങളുമുള്ളത് നല്ലതുതന്നെ. പക്ഷേ ഇത് ഭൂമിയുടെ എല്ലായിടത്തും ഇല്ലാതെ പോകുന്നത് ഭൂമിയുടെ കുറ്റമാണോ? ഭൂമിയുടെ കുഴപ്പം കൊണ്ട് രോഗമുണ്ടാകുമെന്ന് 'പ്രവചിക്കുമ്പോൾ' ഈ 'ശാസ്ത്രം' അസംബന്ധമാകുന്നു. നടുഭാഗം പൊക്കിയെടുത്താൽ വാതം മാറുമോയെന്നും, കുടാകൃതി മാറ്റിയാൽ കുഷ്ഠമില്ലാതാകുമോയെന്നും വ്യക്തമല്ല. വാസ്തുശാസ്ത്രകാരന്മാർക്കൊക്കെ അസുഖം വന്നാൽ എന്തായാലും ആശുപത്രിയിൽ പോകാറാണ് പതിവ്.

ഭൂമിക്ക് വൈവിധ്യമുണ്ടായതും രൂപവും ഗുണവും ദോഷവുമുണ്ടായതും നൂറ്റാണ്ടുകളിലെ പരിണാമത്തിന്റെ ഫലമായാണ്. അതു സ്ഥായിയുമല്ല. ഏകതാനമായ സ്വഭാവവും ഭൂമിക്കില്ല. കൃഷിക്കു പറ്റിയ ഇടം വാസയോഗ്യമായിരിക്കണമെന്നില്ല. വെള്ളം ലഭിക്കാനിടമില്ലാത്തിടത്ത് താമസം ദുരിതമയമായിരിക്കും. ഗതാഗതസൗകര്യമുണ്ടെങ്കിൽ ഏറെ ഗുണകരമായിരിക്കും. ഇതൊക്കെ സാമാന്യബുദ്ധിയുള്ളവർക്ക് മനസ്സിലാക്കാൻ ഒരു ശാസ്ത്രത്തിന്റെയും സഹായം വേണ്ട. എന്നാൽ ഭൂമിയുടെ ആകൃതിയനുസരിച്ചാണ് ധനസമൃദ്ധിയുണ്ടാകുന്നതെങ്കിൽ ആ ഭാഗമൊഴിച്ചുള്ളവ വിറ്റുതിന്നാലും സമൃദ്ധി വരണമല്ലോ. അസുഖമുണ്ടാ

കുന്നത് അണുക്കൾ മൂലമാണെന്നുള്ള പ്രാഥമിക ധാരണയില്ലാതിരുന്ന കാലത്ത് പടച്ചുവിട്ട അന്ധവിശ്വാസം ആധുനിക കാലത്തും ചുമന്നുകൊണ്ടു നടക്കുന്നവരുടെ തലയ്ക്കാണ് യഥാർഥത്തിൽ ചികിത്സ വേണ്ടത്. മലനിരയും വയലും നികത്തി പുര പണിയുന്നിടത്ത് ഏതു ലക്ഷണം നോക്കിയാണ് ഗുണാഗുണം നിർണ്ണയിക്കുക?

വാസ്തുപ്രകാരം ഭൂമിക്കു മാത്രമല്ല മരങ്ങൾക്കുമുണ്ട് പ്രശ്നം. വീടിനു കിഴക്ക് അരയാൽ നിന്നാൽ അഗ്നിഭയവും തെക്ക് ഇത്തിമരം നിന്നാൽ ചിത്തഭ്രമവും ഉണ്ടാകുമത്രേ. കിഴക്ക് ഇലഞ്ഞിയും പേരാലും വേണമെന്നും നിഷ്കർഷയുണ്ട്. പ്ലാവ്, ആഞ്ഞിലി, വെന്തേക്ക്, വേങ്ങ മുതലായവയെക്കുറിച്ചൊക്കെ വാചാലമാകുന്ന വാസ്തുവിദ്യക്കാരൻ ഇതൊന്നും കേരളത്തിനപ്പുറമില്ലെന്നും, കേരളത്തിൽ തന്നെ നഗരങ്ങളിൽ ഇവയില്ലെന്നുമുള്ള പ്രാഥമിക ധാരണപോലുമില്ലാത്ത കൂപമണ്ഡൂകമാണ്. ഒരു ചെറുപ്രദേശത്തിനു മാത്രമായി ഒരു ശാസ്ത്രമോ?

മുറികൾ ഇന്നയിന്ന സ്ഥലത്താവണമെന്ന് നിഷ്കർഷിക്കുന്ന വാസ്തുശാസ്ത്രത്തിൽ 'കക്കൂസ്' എന്നൊരു പദമില്ല. കാരണം അന്ന് കാര്യം സാധിച്ചിരുന്നത് വെളിംപ്രദേശങ്ങളിലായിരുന്നു. എന്നാൽ ഇന്ന് വീടുകളുടെ ഭാഗമായി പണത്തിന്റെ സൗകര്യമനുസരിച്ച് രണ്ടും മൂന്നും കക്കൂസുകൾ മുറിയുടെ ഭാഗം തന്നെയായി പണിയുന്നു. ഇത് എങ്ങനെ 'ശാസ്ത്ര'ത്തിനു നിരക്കും? അതോ വാസ്തുശാസ്ത്രക്കാർ ഇപ്പോഴും വെളിംപ്രദേശത്താണോ കാര്യങ്ങൾ സാധിക്കുന്നത്?

ഒരേക്കർ സ്ഥലത്ത് അനുയോജ്യമായ സ്ഥലം കണ്ട് പുരവയ്ക്കുന്ന വാസ്തുകാരൻ, ആ സ്ഥലം പത്തോ അമ്പതോ കഷണമാക്കിയാൽ അതിലും നല്ല 'സ്ഥാന'ങ്ങൾ കണ്ടെത്തും. രണ്ടു സെന്റുള്ളവന്റെ ഏതു കോൺ നോക്കിയാണ് സ്ഥാനനിർണ്ണയം നടത്തുക? നാലു സെന്റ് സ്ഥലത്ത് നാലു വീടു വന്നാൽ അഗ്നികോണിൽ പുര വരാതിരിക്കുന്നതെങ്ങനെ? ഇപ്പോൾ പില്ലർ കെട്ടി പണിയുന്ന വീടുകളിലും, ബഹുനില ഫ്ളാറ്റുകളിലും വസിക്കുന്നവർക്ക് എല്ലാം ഒരേ ഐശ്വര്യവും ഗതിയുമാണോ വാസ്തുപ്രകാരം ലഭിക്കുന്നത്? വീട്ടിലോരോന്നിനും കൃത്യമായ സ്ഥാനം പറയുന്ന വാസ്തുകാരൻ കമ്പ്യൂട്ടറും ടിവിയും വാഷിങ്മെഷീനും വയ്ക്കാനും, വാഹനം പാർക്കു ചെയ്യാനും എങ്ങനെ സ്ഥാനം കണ്ടെത്തും? ഇതൊന്നുമില്ലാതെ, ഉടുതുണിപോലും വേണ്ടത്രയില്ലാത്ത കാലത്തു 'കണ്ടുപിടിച്ച' ഈ 'ശാസ്ത്ര'ത്തിൽ എന്തായാലും ഈ വാക്കൊന്നും വരാനിടയില്ല. അസംബന്ധങ്ങൾക്ക് ആധികാരിക പരിവേഷം നൽകാനുള്ള ഇന്ത്യൻ വൈദിക തന്ത്രത്തിന്റെ മറ്റൊരു തട്ടിപ്പു മാത്രമാണ് വാസ്തുശാസ്ത്രവും.

പ്രേതബാധ

ഭൂതം, പ്രേതം, പിശാച് തുടങ്ങി വിവിധ പേരുകളിൽ അറിയപ്പെടുന്ന ഈ അന്ധതയ്ക്ക് ഒട്ടേറെ സവിശേഷതകളുണ്ട്. ഒന്നാമത് ഈ

'സാധന'ത്തെ ആരും കണ്ടിട്ടില്ല എന്നതു തന്നെ. അഥവാ 'കണ്ടു' എന്നു സാക്ഷ്യം പറയുന്നവർ ഒരുതരം ഭ്രമാവസ്ഥയിലോ (hallucination) അർദ്ധബോധാവസ്ഥയിലോ മാത്രമാണ് കണ്ടിട്ടുള്ളത്. അതുതന്നെ തങ്ങളുടെ മതവിശ്വാസമനുസരിച്ചോ, കഥകളിലോ സിനിമയിലോ കണ്ടിട്ടുള്ള രൂപത്തിലോ ആയിരിക്കും. ഒന്നുകിൽ കൊമ്പും വാലുമുള്ള സാത്താൻ, അല്ലെങ്കിൽ പല്ലു കൂർത്ത ഭീകരരൂപി, അതുമല്ലെങ്കിൽ വെള്ളസാരിയും ബ്ലൗസും ധരിച്ച സുന്ദരിയുടെ രൂപത്തിൽ (പ്രേതലോകത്തുമുണ്ടോ തുണിക്കട?) ശരീരമില്ലാത്ത പ്രേതത്തെ (ആത്മാവിനെ) എങ്ങനെയാണ് ഇങ്ങനെ സമൂർത്തമായി കാണുക എന്ന് കഥയിൽ ചോദ്യമില്ല. അൽപ്പസ്വൽപ്പ രൂപവ്യത്യാസങ്ങളൊഴിച്ചാൽ മനുഷ്യരൂപത്തിൽ തന്നെയാണ് പ്രേതങ്ങളും പിശാചുക്കളും രംഗത്തു വരുന്നത്. കാരണം മനുഷ്യൻ സൃഷ്ടിച്ച പ്രേതങ്ങൾക്ക് (ദൈവത്തിനും) അവന്റെ രൂപംതന്നെയുണ്ടാകാനേ കഴിയൂ.

എന്നാൽ പ്രേതബാധ കുറെക്കൂടി വ്യത്യസ്തമാണ്. മന്ത്രവാദികളുടെ തുറുപ്പുചീട്ടാണ് പ്രേതം. ദുർമ്മന്ത്രവാദത്തിന്റെ കമ്പോളം പ്രേതങ്ങളിൽ അധിഷ്ഠിതമാണ്. മരിച്ചവരുടെ ആത്മാവുകൾ ഗതിയില്ലാതെ അലയുന്നതും പ്രതികാരം ചെയ്യുന്നതുമൊക്കെ മുഖ്യധാരാ സാഹിത്യത്തിന്റെയും സിനിമയുടെയുമൊക്കെ വിൽപ്പന തന്ത്രങ്ങളാകുമ്പോൾ കുട്ടികളുടെയും മുതിർന്നവരുടെയും മതാത്മക അന്ധതകൾക്ക് നിറം കൂടാതെ വരില്ല. യുക്തിയുടെയോ സാമാന്യവിവരത്തിന്റെയോ കണികകൾ പോലും ഇത്തരം കഥാസന്നിവേശങ്ങൾക്ക് ആവശ്യമാകുന്നില്ല. കുരിശുകൊണ്ടു മാത്രം പ്രേതങ്ങളെ ഒതുക്കിയ ഡ്രാക്കുള, കടമറ്റത്തു കഥകളും ഭീകരമന്ത്രങ്ങൾ കൊണ്ട് രക്ഷസുകളെയൊതുക്കിയ കഥകളും മതത്തിന്റെ കമ്പോളത്തിന് ആവശ്യമാണ്. മധ്യകാല ഇൻക്വിസിഷൻ (Inquisition) കാലത്ത് കത്തോലിക്കാസഭ പ്രേതവേട്ട (witch hunt) യുടെ മറവിൽ ദശലക്ഷം പേരെയാണ് ജീവനോടെ ദഹിപ്പിച്ചു കൊന്നത്.

'പ്രേതബാധ' ഒരു രോഗമാണ്. അന്ധവിശ്വാസം മാത്രമല്ല. ശാരീരികവും മാനസികവുമായ തകരാറുകളും ഈ രോഗത്തിനു കാരണമാകും. ഇതിൽ പ്രധാനപ്പെട്ട ഒരു രോഗം ഗ്ലോസോലാലിയ (glossolalia) ആണ്. പാരാതൈറോയ്ഡ് ഗ്രന്ഥികൾക്കുണ്ടാകുന്ന ചില തകരാറുകൾ കൊണ്ട് ഈ രോഗം ബാധിച്ചവർ 'ബാധ' പ്രകടിപ്പിക്കുകയും, തങ്ങൾക്ക് പരിചയമില്ലാത്ത ഭാഷകൾ (അന്യഭാഷ) പറയുകയും ചെയ്യും. സെനോഗ്ലോസിയ (Xenoglossia) എന്ന മനോരോഗം ബാധിച്ചവർ തങ്ങൾ കണ്ടിട്ടില്ലാത്തവരുടെ ശബ്ദത്തിൽ സംസാരിക്കുകയും അറിയാത്ത ഭാഷ എഴുതുകയും വരെ ചെയ്യും. ഇതു മരിച്ചുപോയ (പ്രത്യേകിച്ചും ദുർമരണം) ആരുടെയൊക്കെയോ പ്രേതം ബാധിച്ചിട്ടാണെന്ന് വ്യാഖ്യാനിച്ചെടുക്കാൻ എളുപ്പമാണ്. അടിച്ചമർത്തപ്പെട്ട ലൈംഗിക അഭിനിവേശമുള്ളവരും 'പ്രേതബാധ' ലക്ഷണങ്ങൾ പ്രകടിപ്പിക്കാറുണ്ട്. സ്ത്രീകളിൽ സവിശേഷമായി കാണുന്ന ഈ രോഗത്തെ ഗന്ധർവ, കിന്നര, യക്ഷ ബാധയാ

യൊക്കെ തരംപോലെ പറഞ്ഞു ഫലിപ്പിക്കാം. 'പ്രേതബാധ' ഒരു മാന സിക രോഗമാണ്. തക്കസമയത്ത് നല്ലൊരു മനഃശാസ്ത്രജ്ഞനെ ക്കൊണ്ടു ചികിത്സിപ്പിക്കുകയാണ് വേണ്ടത്.

മരിച്ചവരുടെ പ്രേതം ആവാഹിക്കുന്നതുപോലെയുള്ള മറ്റൊരു 'ബാധ'യാണ് കുട്ടിച്ചാത്തൻ. പുരയ്ക്കുള്ളിലും പുറത്തും സാധനങ്ങൾ പാറിനടക്കുന്ന 'ചാത്തനേറിന്' പിന്നിൽ കൗമാരപ്രായത്തിലുള്ള മനോ രോഗികളാണ് പ്രവർത്തിക്കുന്നത്. വളരെ പെട്ടെന്നു പരിഹരിക്കാവുന്ന ലഘുമനോരോഗമാണിത്.

പ്രേതങ്ങൾക്കിടയിലും ജാതിവ്യവസ്ഥയുണ്ട്. കുടിയൻ, കാളി, കൂളി, യക്ഷി, മറുതാ തുടങ്ങിയവ ഇത്തരം അധഃസ്ഥിത പ്രേതങ്ങളാണ്. മരിച്ചാലും നശിക്കാത്ത ജാതീയതയുടെ മ്ലേച്ഛാവസ്ഥ തന്നെയാണിത്.

ടെലിപ്പതി

കപടശാസ്ത്രങ്ങളിൽ പ്രമുഖമാണ് പാരാസൈക്കോളജി. കേട്ടാൽ സൈക്കോളജിയുടെ എന്തോ വകഭേദമെന്നു തോന്നാമെങ്കിലും ഇന്ദ്രി യാതീതജ്ഞാനം (Extra sensory perception) ആണ് ഇതിന്റെ അടി ത്തറ. ടെലിപ്പതി, ഭൂതജ്ഞാനം തുടങ്ങിയ ഇന്ദ്രിയാതീതമേഖലകളിൽ 'ഗവേഷണം' നടത്തുന്ന പാരാസൈക്കോളജിക്ക് ശാസ്ത്രത്തിന്റെ യാ തൊരു പരിമാണങ്ങളുമില്ല. പഞ്ചേന്ദ്രിയങ്ങളാൽ അനുഭവവേദ്യമല്ലാത്ത യാതൊന്നും ഒരു ജ്ഞാനമായി ശാസ്ത്രം അംഗീകരിക്കുന്നില്ല.

ദൂരെയിരിക്കുന്ന ഒരാളുടെ മസ്തിഷ്കത്തിലേക്ക് യാതൊരു മാധ്യമ സഹായവുമില്ലാതെ വിചാരങ്ങൾ പകരാൻ കഴിയുമെന്ന അവകാശവാ ദമാണ് ടെലിപ്പതി. പരമനസ് വായിക്കാൻ കഴിയുമെന്ന ഈ 'അത്ഭുത' ത്തിനും കൃത്യമായ തെളിവു ഹാജരാക്കാൻ കഴിഞ്ഞിട്ടില്ല. അന്യമനസ്സ് വായിക്കാൻ കഴിയുന്ന ഒരു വിദ്യയുണ്ടെങ്കിൽ ആർക്ക് എന്താണ് കഴി യാത്തത്. സൈനികരഹസ്യം, രാജ്യതന്ത്രം തുടങ്ങി പരീക്ഷയെഴുത്തും പ്രേമവും മോഷണവും ഒക്കെ എത്ര അനായാസമാകും. രഹസ്യം എന്ന ഒന്ന് ലോകത്തിൽ ഉണ്ടാവുകയേയില്ലല്ലോ.

മനഃശക്തികൊണ്ട് ദൂരെയുള്ള വസ്തുക്കളെ ചലിപ്പിക്കാൻ കഴി യുമെന്നു പറയുന്ന മറ്റൊരു തട്ടിപ്പാണ് ടെലി കിനസിസ്. ഇസ്രയേലി ദിവ്യനായ യൂറിഗെല്ലറാണ് ഇതിന്റെ ജനയിതാവ്. തന്റെ മനഃശക്തി കൊണ്ട് ദൂരെയിരിക്കുന്ന ഇരുമ്പ് സ്പൂൺ വരെ വളച്ചിട്ടുണ്ടെന്നായിരുന്നു അവകാശവാദം. മജിഷ്യന്മാർ കാണിക്കുന്ന കേവല വിദ്യകൾക്കപ്പുറ ത്തേക്ക് ഒന്നുംതന്നെ കാണിക്കാനോ തെളിയിക്കാനോ ഗെല്ലർക്കു കഴി ഞ്ഞില്ല.

എല്ലാവിധ അത്ഭുതങ്ങളുടെയും അന്ധവിശ്വാസങ്ങളുടെയും പ്രത്യേകത അവയ്ക്കു പ്രകടമായ തെളിവുകൾ ഇല്ല എന്നുതന്നെയാണ്. പരീക്ഷണ നിരീക്ഷണങ്ങൾക്കു വിധേയമല്ല അവയൊന്നുംതന്നെ.

5

ദൈവപരിണാമം

ദൈവമുണ്ട് എന്നു വിശ്വസിക്കുന്നവരും പ്രചരിപ്പിക്കുന്നവരും അറിയാത്ത കാര്യം 'എന്താണ് ദൈവം' എന്നു തന്നെയാണ്. അതിന് ഒരു നിർവചനം നൽകാൻ ഒരു മതത്തിനും പണ്ഡിതവര്യന്മാർക്കും കഴിഞ്ഞിട്ടില്ല. അത്രയ്ക്കു ദരിദ്രമാണ് അവരുടെ 'ദൈവശാസ്ത്രം.'

ഇന്നത്തെ മനുഷ്യന്റെ പ്രാഥമിക രൂപമായ 'ഹോമോസാപിയൻസ്' ആവിർഭവിച്ചിട്ട് ഏതാണ്ട് 20 ലക്ഷം വർഷം കഴിഞ്ഞു. ഏറ്റവും പ്രാചീനമായ വൈദിക മതത്തിന് (ഹിന്ദുമതമല്ല) പരമാവധി പഴക്കം 3500 വർഷം മാത്രമാണ്. ഇന്ത്യയിൽ പ്രചാരമുള്ള ദൈവങ്ങൾക്കാകട്ടെ (വിഷ്ണു, കൃഷ്ണൻ തുടങ്ങിയവ) അത്രയും പോലും പഴക്കമില്ല.

ഏറ്റവും പ്രാചീനമായ മനുഷ്യസംസ്കാരം ഈജിപ്റ്റിന്റേതാണ്. (ബി സി നാലായിരം വരെ) അവരുടെ ദൈവം 'ര' അഥവാ സൂര്യൻ ആയിരുന്നു. യൂഫ്രട്ടീസ്–ട്രൈഗ്രീസ് നദീതടസംസ്കാരവും സൂര്യനെത്തന്നെയാണ് ആരാധിച്ചിരുന്നത് (ശമ്മാസി എന്ന പേരിൽ) ക്രിസ്തുമസ് എന്ന ഡിസംബർ 25 യഥാർഥത്തിൽ സൂര്യോത്സവനാളാണ്. ഇന്ത്യയിലെ ദ്രാവിഡർ ഇന്ദ്രനിലും 'ഓം' എന്ന സൃഷ്ടിമന്ത്രത്തിലും വിശ്വസിച്ചിരുന്നപ്പോൾ, അറേബ്യയിലെ സെമിറ്റിക്കുകൾ 'അൽ–ഇലാഹി' യിലും ചൈനക്കാർ ആകാശദേവനിലും, പാഴ്സികൾ വെളിച്ചത്തിലുമാണ് വിശ്വസിച്ചത്. ഇതിനർഥം ലോകജനത ഏകതാനമായ ഒരു ദൈവത്തിൽ വിശ്വസിച്ചിരുന്നില്ല എന്നും, ലോകസ്രഷ്ടാവെന്നു വാഴ്ത്തിപ്പാടുന്ന ഇന്നത്തെ യാതൊരു ദൈവങ്ങൾക്കും അധികം പഴക്കമില്ലെന്നുമാണ്. കവലപ്രസംഗക്കാരെപ്പോലെ യുഗാന്തരങ്ങളുടെ പാരമ്പര്യം ദൈവത്തിനില്ല.

എന്താണ് ദൈവം

ഈശ്വരൻ എന്നാൽ 'ഈശത്വം' (അധികാരം) ഉള്ളവൻ എന്ന് അർഥം. ഈശ്വരൻ പലതില്ല, ഏകനാണ്, അതിലേക്കുള്ള വഴികളാണ് മതങ്ങൾ എന്നൊക്കെ വാദത്തിനായി അവതരിപ്പിക്കുന്നവരുണ്ട്. ഇത് ചരിത്രത്തിനും മതത്തിനും എതിരായ വാദമാണ്. കാരണം ഓരോ മതവും ദൈവസ്ഥാപിതങ്ങളാണ് എന്നത് ദൈവവിശ്വാസികളുടെ അപ്രമാദിത്വമാണ്. ഓരോ മതവും അതുവരെയുള്ള മതങ്ങൾക്കെതിരായി ഉദയം ചെയ്തിട്ടുള്ളവയാണ്. യഹോവയിൽ വിശ്വസിച്ചിരുന്ന യഹൂദരിൽ നിന്ന്, ക്രിസ്തുവിനെ ദൈവമാക്കി ക്രിസ്തുമതം രൂപംകൊണ്ടപ്പോൾ മുതൽ ആരംഭിച്ച കലാപങ്ങൾക്ക് രണ്ടായിരം വർഷമായിട്ടും അവസാനമില്ല. ഈ ന്യായത്തിന്മേൽ ലക്ഷക്കണക്കിനു പേരെ കുരുതികൊടുത്ത മതങ്ങൾ 'ഞങ്ങളൊന്നാണ്' എന്നു വിളിച്ചു പറയുന്നത് ആരെ ബോധ്യപ്പെടുത്താനാണ്?

'ഞാനല്ലാതെ അന്യദൈവം നിനക്കുണ്ടാവരുത്' (ഒന്നാം പ്രമാണം) എന്ന് ആജ്ഞാപിക്കുന്ന ദൈവം ഏകനല്ലെന്ന് മനസ്സിലാക്കാൻ അധികപാണ്ഡിത്യമൊന്നും വേണ്ട. 'അള്ള' എന്ന ഏകദൈവത്തിന്റെ പേരിൽ നൂറ്റാണ്ടുകളായി പരസ്പരം വെട്ടിമരിക്കുന്ന വിവിധ ഇസ്ലാംവിഭാഗങ്ങളും എന്തായാലും നാസ്തികരല്ല. മതങ്ങളിലെ കോടിദൈവങ്ങൾ പോരാതെ 'മനുഷ്യദൈവങ്ങൾ'ക്കു മുന്നിലും മുട്ടുകുത്തുന്നവർ 'ഏകദൈവ'ന്യായം പറഞ്ഞ് സ്വയം ഇളിഭ്യരാകുകയാണ് ചെയ്യുന്നത്.

എവിടെയാണ് ദൈവം എന്നു കാണിച്ചുതരാൻ നാസ്തികർ ആവശ്യപ്പെടുന്നില്ല; പക്ഷേ എന്താണ് ദൈവം എന്നു നിർവചിക്കാൻ ആസ്തികർ ബാധ്യസ്ഥരാണ്. വ്യാഖ്യാനിച്ചാലും ഇല്ലെങ്കിലും വേദഗ്രന്ഥങ്ങളിലെ ദൈവങ്ങൾക്കെല്ലാം മനുഷ്യരൂപമാണുള്ളത്. അവരെല്ലാം പുരുഷന്മാരാണു താനും. 'അവൻ' എന്ന സർവനാമമാണ് ദൈവത്തിനുപയോഗിക്കുന്നത്. ഇതെല്ലാം മറച്ചുവച്ചുകൊണ്ട് നടത്തുന്ന കസർത്തുകളാണ് നാസ്തികർക്കെതിരായി ഉയർത്തുന്ന പരമസത്ത, ശക്തിവിശേഷം, ചൈതന്യം, സ്വത്വം തുടങ്ങിയ ബാലിശ ന്യായങ്ങൾ. യഥാർഥത്തിൽ ഇത് 'ദൈവശാസ്ത്ര'ത്തിന്റെ പാപ്പരത്തമാണ്.

1. ഈശ്വരൻ ഒരു ശക്തി/ഊർജ്ജമാണോ? വൈദ്യുതി ഒരു ഊർജ്ജമാണ്; കാറ്റ് ഒരു ശക്തിയാണ്. ഇവയൊന്നും ഗോചരമല്ല; പക്ഷേ ഇവയുടെ അസ്തിത്വം പ്രകടമാണ്. മാത്രമല്ല ഇവയ്ക്ക് ഇച്ഛയില്ല; വിവേകമില്ല, വിവരവും ബുദ്ധിയുമില്ല. അതിന് പ്രപഞ്ചത്തെ നയിക്കാനും നിയന്ത്രിക്കാനും കഴിയില്ല. അതുപോലെയാണോ ദൈവം?

2. ശക്തി/ഊർജ്ജം അനുഭവിച്ചറിയാം. സ്വിച്ചിട്ടു നോക്കിയാൽ വൈദ്യുതിയുണ്ടോയെന്നറിയാം. ലൈനിൽ സ്പർശിച്ചാൽ നേരിട്ടറിയാം. ഇതുപോലെ സവിശേഷമെന്നു പറയുന്ന ദൈവത്തെ എങ്ങനെയറിയും.

3. ഊർജ്ജത്തെ സൃഷ്ടിക്കാനും നശിപ്പിക്കാനും കഴിയില്ല; ഒരു

രൂപത്തിൽ നിന്ന് മറ്റൊരു രൂപത്തിലേക്ക് മാറ്റാനേ കഴിയുകയുള്ളൂ. ദൈവമാകട്ടെ സൃഷ്ടി, സ്ഥിതി, സംഹാരങ്ങൾ നടത്തുന്ന, കാലാകാലങ്ങളിൽ അവതരിക്കാൻ കഴിയുന്ന ആളാണ്. ഇവ തമ്മിൽ എങ്ങനെയാണ് പൊരുത്തപ്പെടുക?

4. ഈശ്വരൻ 'ശക്തിവിശേഷ'മാണെന്ന് മതഗ്രന്ഥങ്ങൾ സാക്ഷ്യപ്പെടുത്തുന്നില്ല. അവയിലെ ദൈവങ്ങളെല്ലാം അമാനുഷിക ശേഷിയുള്ള, കാമവും ക്രോധവും മോഹവും ലോഭവുമുള്ള മനുഷ്യജന്മങ്ങൾ തന്നെയാണ്. യുക്തിവാദികളെ എതിർക്കാൻ വേണ്ടി മാത്രമാണ് 'ശക്തി, ചൈതന്യ' വാദങ്ങൾ ഉയർത്തിക്കൊണ്ടു വരുന്നതും ആത്മസാക്ഷാൽക്കാരം എന്നൊക്കെയുള്ള ഇല്ലാസിദ്ധാന്തങ്ങൾ അവതരിപ്പിക്കുന്നതും.

ഏതു ദൈവമാണ് ശരി

ദൈവം ഒന്നേയുള്ളുവെന്നത് യുക്തിവാദികളോടു തർക്കിക്കാനുള്ള ഒരു ന്യായം മാത്രമാണ്. അന്യമതദൈവങ്ങളെ ആരാധിക്കാനും വിശ്വസിക്കാനുമുള്ള മഹാമനസ്കത യാതൊരു വിശ്വാസിക്കുമില്ലെന്നതാണ് സത്യം. മതഗ്രന്ഥങ്ങൾ കർശനമായിത്തന്നെ അന്യദൈവങ്ങളെ ആരാധിക്കുന്നതും വിശ്വസിക്കുന്നതും വിലക്കിയിട്ടുമുണ്ട്.

ഈശ്വരനുണ്ടെന്ന് വാദത്തിനു സമ്മതിച്ചാൽ തന്നെ ഏതു ദൈവമാണ് ഒറിജിനൽ എന്ന് എങ്ങനെയറിയും. മുപ്പത്തിമുക്കോടി ദൈവങ്ങളുള്ള 'ഹിന്ദുമത'വും ത്രിത്വത്തിലധിഷ്ഠിതമായ ക്രിസ്തുമതവും (ആയിരക്കണക്കിനു വിശുദ്ധന്മാർ വേറെ) അള്ളാഹുവിൽ മാത്രം ആശ്രയം തേടുന്ന ഇസ്ലാംമതവും ഏകദൈവത്തിന്റെ കാര്യത്തിൽ എങ്ങനെ പൊരുത്തപ്പെടാനാണ്? നിരവധിയായ മറ്റു മതങ്ങൾ വേറെ എന്തൊക്കെ ദൈവങ്ങളെയാണ് ആരാധിക്കുന്നത്.

ദൈവങ്ങളുടെ അധികാരപരിധി (Jurisdiction) വളരെ പരിമിതമാണ്. ക്രിസ്തുവാണ് ഏറെക്കുറെ അധികം അറിയപ്പെടുന്നൊരു ദൈവം. അതുതന്നെ അധിനിവേശത്തിന്റെ ഫലമാണ്. എന്നാൽ ഈ ക്രിസ്തുവിനെത്തന്നെ യഹോവ സാക്ഷികളടക്കമുള്ളവർ അംഗീകരിക്കുന്നില്ല. ഹിന്ദുദൈവങ്ങൾക്ക് ഇന്ത്യയിലെ ഒരു സംസ്ഥാനത്തിനപ്പുറം റേഞ്ചു കുറവാണ്. ആന്ധ്രയിലെ കോടീശ്വരനായ 'തിരുപ്പതി വെങ്കിടാചലപതി'ക്ക് കേരളത്തിൽ പോലും മാർക്കറ്റില്ല. ഗുരുവായൂരപ്പന് സഹ്യപർവതത്തിനപ്പുറം ശക്തിയില്ല. ശബരിമല അയ്യപ്പനാകട്ടെ ഏറെയടുത്തു മാത്രം മാർക്കറ്റു ചെയ്യപ്പെടുകയും 'റേഞ്ച്' വർദ്ധിപ്പിച്ചുകൊണ്ടിരിക്കുകയും ചെയ്യുന്ന ദേവനാണ്. തൂണിലും തുരുമ്പിലും ദൈവമുണ്ടെന്നു സിദ്ധാന്തിക്കുന്നവർ അമ്പലങ്ങളിലേക്കും ദേവാലയങ്ങളിലേക്കും നെട്ടോട്ടമോടുകയാണ്.

ഇനി ഏകദൈവമെന്ന് അംഗീകരിച്ചാൽ തന്നെ ദൈവത്തിന്റെ മതം ഏതാണെന്ന് എങ്ങനെയാണ് ധാരണയിലെത്തുക? മതത്തിന്റെ കാര്യ

ത്തിൽ വിട്ടുവീഴ്ചയ്ക്കു തയ്യാറാകാത്തവർ ദൈവത്തിന്റെ മതത്തെപ്പറ്റി എന്തു തീർച്ചപ്പെടുത്തും?

വിശ്വാസത്തിന്റെ തുടക്കം

വേട്ടയാടി നടന്ന, വീടും കുടുംബവുമില്ലാത്ത കാലത്ത് ദൈവവിശ്വാസത്തിന്റെ ആവശ്യമേ ഉണ്ടായിരുന്നില്ല. പ്രാകൃത കമ്യൂണിസത്തിന്റെ ഘട്ടത്തിൽ, ഗോത്രകാലവ്യവസ്ഥയിൽ കൂട്ടായ അധ്വാനവും ഇരതേടലും കൂട്ടായ തീരുമാനവുമാണുണ്ടായിരുന്നത്. ഇക്കാലത്തൊന്നും ഈശ്വര ചിന്തയുണ്ടായിരുന്നതായി നരവംശശാസ്ത്രവും സാമൂഹ്യശാസ്ത്രവുമൊന്നും സാക്ഷ്യപ്പെടുത്തുന്നില്ല.

സ്വകാര്യസ്വത്തിന്റെ വ്യവസ്ഥയിലേക്കു എത്തുകയും കാലികളെ കൂട്ടമായി വളർത്താൻ തുടങ്ങുകയും, കാർഷികവൃത്തിയിലേക്ക് വഴി തിരിയുകയും ചെയ്തതോടെ കുടുംബവ്യവസ്ഥയായി. ഗോത്രത്തലവന്മാരുടെ ആധിപത്യം അംഗീകൃതമായി. അന്യഗോത്രങ്ങളുമായുള്ള ഏറ്റുമുട്ടലുകളിൽ വിജയിക്കുന്ന ഗോത്രാധിപതികൾ വീരപുരുഷന്മാരായി ആരാധിക്കപ്പെട്ടു. മരണാനന്തരം ഇവരെപ്പറ്റി പുതിയ കഥകൾ പ്രചരിപ്പിക്കപ്പെടുകയും ദിവ്യന്മാരായി വാഴ്ത്തപ്പെടുകയും ചെയ്തു. പുരാണങ്ങളിൽ കാണുന്ന സംഘട്ടനങ്ങളുടെ കഥകൾ ഇതിനു തെളിവാണ്. പ്രാകൃതാവസ്ഥയിൽ നിന്നുള്ള വികാസഘട്ടങ്ങളിൽ എല്ലാം തന്നെ മനുഷ്യരൂപത്തിലുള്ള ദൈവങ്ങളുടെ കഥകളാണുള്ളത്.

ഇതിന്റെ ഏറ്റവും നല്ല തെളിവ് *ഋഗ്വേദ*മാണ്. അതിലെ മുഖ്യദൈവം ഇന്ദ്രനാണ്. അത് ദിവ്യാത്ഭുതങ്ങൾ കാണിക്കുന്ന ഒരു ദൈവമല്ല. മഴയുടെ അധിപനായ ഇന്ദ്രനോടും അഗ്നിയോടും കാറ്റിനോടുമൊക്കെയുള്ള പ്രാർഥനകളാണ് *ഋഗ്വേദം* നിറയെ. കാർഷികവൃത്തിയിലേക്കു തിരിഞ്ഞ ഒരു ജനത, തങ്ങളുടെ കൃഷിക്കായി മഴയും വെള്ളവും നൽകാനും, അഗ്നികൊണ്ടു നശിപ്പിക്കാതിരിക്കാനുമുള്ള യാചനകളാണ് അവ. അത് ക്രമേണ അഗ്നിദേവനും വരുണദേവനും വായുഭഗവാനുമൊക്കെയായി പരിണമിച്ചത് സ്വാഭാവികം. ഇന്നു വ്യവഹരിക്കപ്പെടുന്ന യാതൊരു ദൈവവും അക്കാലത്തുണ്ടായിരുന്നില്ല. രാമനും കൃഷ്ണനുമടക്കമുള്ള ആധുനിക ദൈവങ്ങളുടെ പരമാവധി ആയുസ് ആയിരം വർഷം മാത്രമാണ്. ഇരുപതുലക്ഷം വർഷം മുമ്പു ജനിച്ച മനുഷ്യനിൽ ദൈവവിശ്വാസം ശക്തമാകുന്നത് എത്ര വളരെക്കുറഞ്ഞ കാലത്താണെന്നാണ് ഇത് വ്യക്തമാക്കുന്നത്.

ആദിമദൈവവിശ്വാസങ്ങൾ

മതഗ്രന്ഥങ്ങൾ പ്രചരിപ്പിക്കും വിധമുള്ള ദൈവത്തിങ്കലേക്കു മനുഷ്യൻ ചെന്നെത്തിയതല്ല മാനവികസംസ്കൃതിയുടെ ചരിത്രം. ഇന്നു പ്രചരിപ്പിക്കപ്പെടുന്ന തരത്തിലുള്ള ദൈവവിശ്വാസത്തിന് ആദിമവിശ്വാസങ്ങളുമായി യാതൊരു ബന്ധവും ഉണ്ടായിരുന്നുമില്ല. കാലദേശങ്ങൾക്കനു

സരിച്ച് തികച്ചും വ്യത്യസ്തവും പ്രാകൃതവുമായിരുന്നു ആദ്യകാല ഈശ്വരസങ്കൽപ്പങ്ങൾ. അവയിൽ ചിലത് ഇവയാണ്.

ഭൂതാരാധന (Fetishism): ദുർഭൂതങ്ങളുടെ സേവയുണ്ടെങ്കിൽ എന്ത് ഇഷ്ടങ്ങളും സാധിക്കാമെന്ന വിശ്വാസം. ഓരോ പ്രദേശങ്ങളിൽ ഓരോതരം ദുർദേവതകളെ ഇപ്രകാരം സേവിക്കുകയും സംരക്ഷിക്കുകയും ചെയ്തിരുന്നു. തൃശൂർജില്ലയിൽ മാത്രം കാണുന്ന കുട്ടിച്ചാത്തൻ സേവ ഇതിന് ഉദാഹരണമാണ്.

പ്രീ ആനിമിസം (Pre-animism): ഇന്ദ്രജാലം പോലുള്ള അത്ഭുത മാന്ത്രികസിദ്ധികളിലുള്ള വിശ്വാസമാണിത്. ചില പ്രത്യേകതരം സേവകൊണ്ട് ഇതു സാധിതമാക്കാമെന്നു കരുതപ്പെട്ടിരുന്നു.

ആനിമിസം (Animism) : എല്ലാ വസ്തുക്കൾക്കും ചരാചരങ്ങൾക്കും ആത്മാവും ബോധവുമുണ്ടെന്നും അതിനാൽ അവയൊക്കെ ആരാധ്യമാണെന്നുമുള്ള വിശ്വാസം.

മാനിസം (Manism) : പരേതാത്മാക്കളുടെ നിഴൽപ്പാടുകളെ പൂജിക്കുകയും അവരെ പ്രത്യേകമായി ആരാധിച്ചാൽ ഇഷ്ടസിദ്ധി ലഭിക്കുമെന്ന് വിശ്വസിക്കുകയും ചെയ്യുക.

പ്രേതവിശ്വാസം (Ghost theory) : മാനിസത്തിന്റെ മറ്റൊരു വകഭേദമാണിത്. പരേതരുടെ പ്രേതങ്ങളെക്കൊണ്ട് അത്ഭുതങ്ങൾ പ്രവർത്തിക്കാൻ കഴിയുമെന്ന് ഈ വിശ്വാസം പറയുന്നു.

ടോട്ടമിസം (Totemism) : ഏതെങ്കിലും പുരാതനമൃഗമോ വസ്തുവോ ആയി ദൈവത്തിനു സാമ്യമുണ്ടെന്നു കരുതി, അവയിൽ ശക്തി ആവാഹിക്കപ്പെട്ടതാണെന്നു കരുതി ആ പ്രതീകങ്ങളെ (Totem) ആരാധിക്കുന്ന രീതിയാണത്.

പ്രകൃതിയിൽ സർവസ്വതന്ത്രനായി വിഹരിച്ചിരുന്ന മനുഷ്യനെ അത്ഭുതപ്പെടുത്തിയതും അവനു നിയന്ത്രിക്കാൻ കഴിയാതെ പോയതുമായ പ്രകൃതിശക്തികളോട് ഭയത്തിൽ പൊതിഞ്ഞ ഒരു വിശ്വാസം ഉടലെടുത്തു. ഇരുട്ടിനെ മാറ്റുന്ന സൂര്യനും ചന്ദ്രനും തീയുമൊക്കെ ആരാധ്യമായത് തികച്ചും സ്വാഭാവികം. എല്ലാ സംസ്കാരങ്ങളിലും അഗ്നി–സൂര്യ ആരാധനകൾ ഇപ്പോഴുമുണ്ടെന്നത് ഇതിന്റെ തെളിവാണ്. നിരുപദ്രവങ്ങളായ ഇത്തരം വിശ്വാസങ്ങളെ സ്ഥാപനവൽക്കരിക്കുകയും ചൂഷണാത്മകമാക്കുകയും ജനങ്ങൾക്കെതിരെ ഉപയോഗിക്കുകയും ചെയ്തത് സംഘടിതമതവും പൗരോഹിത്യവുമാണ്.

ക്ഷേത്രവും പൗരോഹിത്യവും

ഈജിപ്റ്റിലെ രാജാക്കന്മാർ സ്വയം ഫറവോമാരായി (ദൈവങ്ങൾ) പ്രഖ്യാപിച്ചിരുന്നു. സ്വന്തം പ്രതിമകൾ ഉണ്ടാക്കി വലിയ കെട്ടിടങ്ങളിൽ സ്ഥാപിക്കുകയും തങ്ങളെ കാണണമെന്നുള്ളവർ പകരം ഈ പ്രതിമകൾ ദർശിച്ചാൽ മതിയെന്ന് നിഷ്കർഷിക്കുകയും ചെയ്തിരുന്നു. ഇവി

ടെനിന്നാണ് ക്ഷേത്രസങ്കൽപ്പങ്ങൾ ആരംഭിക്കുന്നത്. രാജധാനി വരെ പോകാതെ തന്നെ രാജാവിനെ കാണാനുള്ള സംവിധാനം ക്രമേണ രാജ പ്രതിഷ്ഠകളെ വന്ദിക്കുന്ന ദിനചര്യയായി മാറി. ഏകാധിപതികളായ ഫറവോമാർ ഇതൊരു വ്യവസ്ഥയാക്കി മാറ്റുകയും ചെയ്തു. മരണാനന്തരം പോലും തങ്ങൾ ആരാധിക്കപ്പെടണമെന്ന നിർബന്ധത്തിലാണ് പിരമിഡുകൾ പോലും പണിതുയർത്തി, ശവം ചീയാതെ തന്നെ അവയിൽ അടക്കം ചെയ്തതും.

ക്ഷേത്രം എന്ന സംസ്കൃതപദത്തിന് വിളഭൂമി, വയൽ, ഉൽപ്പത്തി സ്ഥാനം, ഇരിപ്പിടം എന്നൊക്കെയാണ് അർഥം. 'ക്ഷി' എന്ന ധാതുവിന് 'വർത്തിക്കുക,' 'നിലനിൽക്കുക' എന്നൊക്കെയാണർഥം. 'ക്ഷേതി' എന്ന് *ഋഗ്വേദ*ത്തിൽ ഉപയോഗിക്കുന്നത് ഉപദ്രവരഹിതമായ വാസസ്ഥലം എന്ന അർഥത്തിലാണ്. ചുരുക്കത്തിൽ കാർഷിക വിളഭൂമികളുടെ നടുവിലായി സ്ഥാപിക്കപ്പെട്ട ക്ഷേത്രങ്ങൾ ധാന്യപ്പുരകളോ സംഗമസ്ഥലങ്ങളോ ആയിരുന്നു. രാജഭരണം ശക്തമായതോടെ ക്ഷേത്രങ്ങൾ ഒളിത്താവളങ്ങളും നിധിശേഖരങ്ങളുമായി മാറി. പഴയ ക്ഷേത്രങ്ങൾക്കൊക്കെ നിഗൂഢമായ അറകളും രഹസ്യ ഗുഹകളും ഉണ്ടായിരുന്നു. ശ്രീകോവിലിന്റെ പരിശുദ്ധിയുടെ മറവിൽ എന്തും രഹസ്യമായി സൂക്ഷിക്കാമായിരുന്നു. (വിദേശികൾ ക്ഷേത്രങ്ങളെ ആക്രമിച്ചതും ഇതുകൊണ്ടുതന്നെയായിരിക്കും) 'പള്ളി' എന്ന വാക്ക് പാലിയാണ്. പള്ളികൾ ബുദ്ധമത വിഹാരങ്ങളായിരുന്നു. ബുദ്ധജൈന മതങ്ങളിൽ നിന്നാണ് ക്ഷേത്രസങ്കൽപ്പം ഹിന്ദുക്കൾ സ്വാംശീകരിച്ചത്.

കേരളത്തിൽ ക്ഷേത്രനിർമാണം ആരംഭിച്ചത് എ ഡി 800 നും 1000 നുമിടയിൽ ചേര, മൂഷികവംശ രാജാക്കന്മാരുടെ കാലത്താണ്. ഇന്നുള്ള ദൈവങ്ങളൊന്നും അന്നുണ്ടായിരുന്നില്ല. മായോൻ, ചേയോൻ, വേന്തൻ (ഇന്ദ്രൻ), വരുണൻ, ശിവൻ, മുരുകൻ തുടങ്ങിയ പ്രാദേശികദൈവങ്ങളും 'കൊറ്റവൈ' എന്ന അമ്മദൈവവുമാണുണ്ടായിരുന്നത്.

ഗോത്രകാലത്ത് ഗോത്രത്തലവന്മാർ രാജാക്കന്മാരും പുരോഹിതരുമായിരുന്നു. മറ്റുള്ളവരെക്കാൾ സവിശേഷമായ ഗുണവിശേഷങ്ങൾ ഉള്ള ഇവർക്ക് ദിവ്യത്വം കൽപ്പിക്കപ്പെട്ടിരുന്നു. അനിയന്ത്രിതമായ പ്രകൃതിശക്തികളെ നിലയ്ക്കു നിർത്താനുള്ള ശക്തി മന്ത്രവാദത്തിനുണ്ടെന്നുള്ള അന്ധവിശ്വാസമാണ് ഗോത്രകാലത്ത് മന്ത്രവാദികളെ സൃഷ്ടിച്ചത്. കൃഷി ചെയ്യാൻ ആരംഭിച്ചതോടെ വിളവു നന്നാക്കാനും വെള്ളപ്പൊക്കം തടയാനും മഴയുണ്ടാകാനുമൊക്കെയുള്ള ആവശ്യങ്ങൾക്ക് – ഉൽപ്പാദനപരമായ താൽപര്യങ്ങൾക്ക് – സൂര്യചന്ദ്ര നക്ഷത്രങ്ങളുടെ ഗതിക്രമങ്ങൾ മനസ്സിലാക്കേണ്ടതുണ്ടായിരുന്നു. 'പുരോഹിതൻ' എന്നാൽ 'മുമ്പേ ഗമിക്കുന്നവൻ' എന്നാണർഥം. അങ്ങനെയുള്ളവർ നക്ഷത്രങ്ങളെ നോക്കി, മഴ പെയ്യുമോ ഇല്ലയോ എന്നു നിർണ്ണയിക്കും. ഈ പ്രവചനങ്ങളാണ് പുരോഹിതവർഗ്ഗത്തിനു തുടക്കം കുറിച്ചത്.

ക്രമേണ ഇവർ മനുഷ്യാതീത പ്രതിഭാസങ്ങളും ദൈവത്തിന്റെ നിയന്താക്കളുമായി മാറി. യാഗഹോമങ്ങൾ ഇവരുടെ കർമ്മങ്ങളായി മാറി. അതിനായി അവർ പ്രതിഫലമായി പശുക്കളെയും, സ്വർണ്ണവും തുടർന്ന് ഭൂമിയും വരെ വാങ്ങിക്കൂട്ടി. ക്രമേണ അത് അവരുടെ സാമൂഹ്യസാമ്പത്തിക ആധിപത്യമായി പരിണമിച്ചു. അതിനെ ന്യായീകരിച്ചുകൊണ്ട് കർമ്മഫലസിദ്ധാന്തവും വിധിവിശ്വാസവും പരലോകസുഖവുമടങ്ങുന്ന മതസിദ്ധാന്തങ്ങൾ ചമച്ചു. അതോടെ സംഘടിത മതങ്ങളിൽ പൗരോഹിത്യം അധീശത്വശക്തിയായി മാറുകയും, ദൈവനാമത്തിൽ രാജാവിനെയും ജനങ്ങളെയും തന്നെ ഭരിക്കുന്നതിലേക്കും എത്തി.

6

നിരീശ്വരവാദവും യുക്തിവാദവും

ഈശ്വരന്റെ അസ്തിത്വത്തെ നിഷേധിക്കലാണ് നിരീശ്വരവാദം കൊണ്ട് പൊതുവേ ലക്ഷ്യമാക്കുന്നതെങ്കിലും ദാർശനികമായി ഇത് വെറുമൊരു വാദം മാത്രമല്ല. സൈദ്ധാന്തിക ലോകത്തിലെ ഏറ്റവും വലിയ വൈരുധ്യമായ ആശയവാദ-ഭൗതികവാദ വേർതിരിവിന്റെ ആണിക്കല്ലാണ് നിരീശ്വരവാദം. ആത്മീയവാദത്തിന്റെ അടിത്തറ ഈശ്വരനാണ്. അതിന്റെ പ്രമാണങ്ങൾ മതഗ്രന്ഥങ്ങളാണ്. ഈ വേദപ്രമാണങ്ങൾ സർവ്വാത്മനാ അംഗീകരിക്കുകയും അതിലെ ഈശ്വരന്റെ അപ്രമാദിത്വം ഉയർത്തിപ്പിടിക്കുകയുമാണ് ആസ്തികവാദം. അതിനെ ഫലപ്രദമായി നിഷേധിക്കലാണ് നാസ്തികവാദം. യുക്തിയേയും ശാസ്ത്രത്തെയും ഉപേക്ഷിച്ചുകൊണ്ടു മാത്രമേ ഈശ്വരാസ്തിത്വവും വേദപ്രമാണങ്ങളും അംഗീകരിക്കാൻ കഴിയുകയുള്ളൂ. അവിടെ ചോദ്യങ്ങളില്ല. 'വിശുദ്ധ ഗ്രന്ഥ'ങ്ങളുടെ 'ആധികാരികത' മാത്രമാണുള്ളത്. അത് കേവലമൊരു വിശ്വാസം മാത്രമായി നിരുപദ്രവകരമായി നിൽക്കുകയല്ല; സമസ്ത സാമൂഹ്യ പുരോഗതിക്കും വിലങ്ങായി ഉപയോഗിക്കപ്പെടുകയാണ്.

ചരിത്രത്തിലെ നിരീശ്വരവാദം

ഈശ്വരാസ്തിത്വം നിഷേധിക്കുക(നാ അസ്തി)യാണ് നാസ്തികത്വം എന്നു തത്വമെങ്കിലും, നിലവിലിരുന്ന പ്രമാണങ്ങളെ എതിർക്കുന്നവരൊക്കെ നിരീശ്വരന്മാരായി മുദ്ര കുത്തപ്പെട്ടിരുന്നു. ഭരണകൂട- പൗരോഹിത്യ താല്പര്യങ്ങൾക്കെതിരെ നിന്നവരൊക്കെ നിരീശ്വരവാദികളായി മുദ്ര കുത്തപ്പെടുകയും ഭ്രഷ്ടു കൽപ്പിക്കപ്പെടുകയും ചെയ്തിരുന്നു. സോക്രട്ടീസു മുതൽ ചിന്തകരും ശാസ്ത്രജ്ഞരുമൊക്കെ ഈ പട്ടികയിൽ വരും. ഗലീലിയോയും ബ്രൂണോയും ഇങ്ങനെ കൊല്ലാക്കൊല

ചെയ്യപ്പെട്ടവരാണ്. ഡാർവിൻ ദൈവത്തെ ചോദ്യം ചെയ്യാഞ്ഞിട്ടുകൂടി അന്നും ഇന്നും ആസ്തികരുടെ കൊടിയ ശത്രുവാണ്.

വിഭാഗീയ താൽപര്യം മൂലം എതിരാളിയെ നിരീശ്വരവാദക്കുറ്റം ചുമത്തി നശിപ്പിച്ചതിന്റെ ഉദാഹരണങ്ങൾ ഇസ്ലാം–ക്രിസ്ത്യൻ മതങ്ങളുടെ ചരിത്രത്തിൽ ധാരാളമാണ്. റോമാക്കാർ പുതിയ ക്രിസ്ത്യാനികളെ നിരീശ്വരവാദികളായാണ് ചിത്രീകരിച്ചിരുന്നത്. അന്യമത വിശ്വാസികളെ മുഴുവൻ കാഫിറുകളെന്നു വിളിക്കുന്ന പ്രവണത ഇസ്ലാംമതത്തിൽ ഇപ്പോഴും അവസാനിച്ചിട്ടില്ല. ബ്രിട്ടനിൽ പ്യൂരിട്ടാനിസം (Puritanism) വളർന്നു വന്നതുതന്നെ പ്രോട്ടസ്റ്റന്റുകൾ യഥാർഥ വിശ്വാസികളല്ല എന്നതിന്റെ പേരിലാണ്. സകല ചരാചരങ്ങളിലും ദൈവമുണ്ടെന്നു പ്രചരിപ്പിച്ച പേഗൻ വിശ്വാസികളെ (Paganism) നിരീശ്വരവാദികളായാണ് അവതരിപ്പിച്ചിരുന്നത്.

യൂറോപ്പിനെ ഇരുണ്ട യുഗങ്ങളാക്കി മാറ്റിയ മധ്യകാലങ്ങളിൽ 'ഇൻക്വിസിഷൻ' കോടതിക്കു മുന്നിൽ വന്ന ലക്ഷങ്ങളെ കൊന്നൊടുക്കിയത് അവർ 'അവിശ്വാസികൾ' ആണെന്ന് 'തെളിയിച്ചു' കൊണ്ടായിരുന്നു. ചുരുക്കത്തിൽ സ്വന്തം വിശ്വാസങ്ങൾക്കെതിരായി വരുന്നവരെയൊക്കെ നിരീശ്വരന്മാരാക്കിയ ചരിത്രമാണ് മതങ്ങൾക്കുള്ളത്. എന്നാൽ 'നിരീശ്വരവാദം' എന്നത് അതായിരുന്നില്ല.

എന്തുകൊണ്ടു നിരീശ്വരവാദം

വർഗസമൂഹത്തിലെ ഉപരിവർഗത്തിന്റെ സിദ്ധാന്തമാണ് 'ആസ്തിക്യം' എന്നതിന്റെ തെളിവ് ഇന്ത്യാചരിത്രം തന്നെയാണ്. അത്യന്തം ഉശിരനായ ഭൗതികവാദത്തിന്റെ പാരമ്പര്യമാണ് ഇന്ത്യക്കുണ്ടായിരുന്നത്. അതിനെ തകർത്തത് വൈദികമതമാണ്. ഈ വേദാധികാരത്തെ ആപാദചൂഡം തകർത്തതുകൊണ്ടാണ് ബുദ്ധ–ജൈന ദർശനങ്ങൾ മേധാവിത്വം നേടിയത്. അതേ താർക്കികതയെ (logic) കപടമായി ഉന്നയിച്ചുകൊണ്ട് ബ്രാഹ്മണിക്കൽ ആധിപത്യം പുനഃസ്ഥാപിച്ചത് ശങ്കരന്റെ ആസ്തിക്യവാദമാണ് (അദ്വൈതം) ശങ്കരൻ കയറിയ 'സർവ്വജ്ഞപീഠം' ശരിക്കും ആസ്തിക്യ വാദത്തിന്റെ ഭ്രമാത്മകമായ അജ്ഞത തന്നെയാണ്. പക്ഷേ അതിലൂടെ ഭൂമിയുടെ അവകാശം മാത്രമല്ല ഒരു രാജ്യത്തിന്റെ കുത്തകാധികാരം തന്നെ പിടിച്ചെടുക്കുകയായിരുന്നു. ഫ്യൂഡലിസത്തിന്റെ പ്രത്യയശാസ്ത്രമായി അദ്വൈതം മാറുകയായിരുന്നു. ഇന്നും അതിനെ നിലനിർത്താൻ ശ്രമിക്കുന്നതും ഈ വേദാധികാരങ്ങൾ തന്നെയാണ്.

ലോകത്ത് ഏറ്റവുമധികം ആളുകൾ കൊലചെയ്യപ്പെട്ടിട്ടുള്ളത് മതയുദ്ധങ്ങളിലാണ്. ഓരോ മതങ്ങളിലും അന്യമതങ്ങൾക്കെതിരായി യുദ്ധം പ്രഖ്യാപിക്കുന്നത് തന്നെ ദൈവനാമത്തിലാണ്. കലാപങ്ങളിൽ എതിരാളിയെ വെട്ടിവീഴ്ത്തുമ്പോഴും സ്വന്തം ദൈവത്തിന്റെ നാമമാണ് ഉദ്ഘോഷിക്കുന്നത്. ഇന്ത്യൻ സ്വാതന്ത്ര്യാനന്തര ചരിത്രം രക്തപങ്കിലമായത് ഇതേ ദൈവനാമങ്ങളിലാണ്.

ചുരുക്കത്തിൽ ആസ്തികത നിരുപദ്രവകരമായ ഒരു ആശയമല്ല. പരലോക സുഖത്തിനായി പ്രാർഥിക്കാൻ മാത്രമുള്ള ഒരു വിശ്വാസ പ്രമാണവുമല്ല. മർദ്ദനോപാധികളിൽ ഏറെ മുഖ്യമായി, ഭരണകൂടത്തിന്റെയും വർഗാധിപത്യത്തിന്റെയും ആശയപരമായ ആയുധമായിത്തന്നെയാണ് 'ദൈവം' പ്രയോഗിക്കപ്പെട്ടിരുന്നത്. സംഘപരിവാർ ഫാസിസ്റ്റുകൾ അധികാരത്തിലെത്താൻ ഉപയോഗിച്ചത് 'രാമക്ഷേത്രം' എന്ന ആത്മീയ പ്രതിഭാസത്തെയാണ്. ഇസ്ലാമിക തീവ്രവാദികൾ, ആളും അർഥവും കൊണ്ട് 'മതരാഷ്ട്രം' സ്ഥാപിക്കാനൊരുങ്ങുന്നവർ– , മുഴക്കുന്നത് 'അള്ളാഹു അക്ബർ' മുദ്രാവാക്യം തന്നെയാണ്. ഇതൊക്കെക്കൊണ്ടു തന്നെ നിരീശ്വരവാദം ശക്തമാക്കപ്പെടേണ്ടത് മാനവികതയുടെ വികാസത്തിന് അനിവാര്യമാണ്.

ആശയവാദത്തിനെതിരെ അതിശക്തമായി സമരം ചെയ്തുകൊണ്ടാണ് നിരീശ്വരവാദം ഒരു പ്രത്യയശാസ്ത്രമായി മാറിയത്. അതിന്റെ ബലവും ശേഷിയും അറിയാൻ ഏറെ സഹായകമാകുന്നത് ഇന്ത്യൻ നിരീശ്വരവാദത്തെപ്പറ്റിയുള്ള പഠനമാണ്. ഇന്ത്യൻ ദർശനമെന്നാൽ ആത്മീയമാണെന്ന് ഏകപക്ഷീയമായി സ്ഥാപിക്കപ്പെട്ടിട്ടുണ്ട്. അതിന്റെ പിന്നിൽ ഇൻഡോളജിസ്റ്റുകൾ മാത്രമല്ല, ബ്രാഹ്മണിക്കൽ പ്രത്യയശാസ്ത്രകാരന്മാരുടെ ഗൂഢാലോചന തന്നെയുണ്ട്.

ഭാരതീയ ദർശനം എന്നാൽ മുഖ്യമായും ഒമ്പതു ദർശനങ്ങളാണ്. (നവദർശനങ്ങൾ).

1. സാഖ്യം 2. യോഗം 3. മീമാംസ (പൂർവ്വമീമാംസ) 4. ബൗദ്ധം 5. ജൈനം 6. ലോകായതം 7. ന്യായം 8. വൈശേഷികം 9. വേദാന്തം (ഉത്തരമീമാംസ)

ഇവയിൽ ആദ്യത്തെ ആറെണ്ണം 'ഷഡ്ദർശനങ്ങൾ' എന്നറിയപ്പെടുന്നു. ഇവ നിരീശ്വരവാദപരങ്ങളാണ്. ഇവയ്ക്ക് ഒന്നിനും വേദങ്ങളോടോ ഉപനിഷത്തുക്കളോടോ ഹിന്ദുമതത്തോടു പോലുമോ യാതൊരു ബന്ധവുമില്ല. ഇന്ത്യൻ ആത്മീയതയെപ്പറ്റി ഊറ്റം കൊള്ളുന്നവരാരും ഇതേപ്പറ്റി പറയാറുമില്ല. ആസ്തികവാദപരമായ ബാക്കി മൂന്നെണ്ണത്തെയും അതിൽ പ്രത്യേകിച്ച് 'വേദാന്ത'ത്തെപ്പറ്റിയുമാണ് 'ആത്മീയവാദികൾ' അപ്രസ്തുത പ്രശംസകളിറക്കുന്നത്. മാത്രമല്ല ഇതിനെ 'ആർഷഭാരത' ജ്ഞാനമായും തദ്വാരാ ബ്രാഹ്മണ്യ പ്രോക്തവുമായാണ് മാർക്കറ്റു ചെയ്യുന്നത്. അന്നു ജീവിച്ചിരുന്നവരെല്ലാം തന്നെ 'ഋഷി'മാരായിരുന്നു. അവരൊന്നും ബ്രാഹ്മണരായിരുന്നില്ല. നാട്യശാസ്ത്രകാരനായ ഭരതമുനിയും കാമസൂത്രകാരനായ വാത്സ്യായനനുമൊക്കെ ഋഷിമാരായിരുന്നു. വാത്സ്യായനൻ ഋഷിയായതുകൊണ്ട് കാമകല ബ്രാഹ്മണ സൃഷ്ടിയാണെന്നു പറയുന്നതിലെ മൗഢ്യം അതു പറയുന്നവർക്കില്ലെങ്കിൽ കേൾക്കുന്നവർക്കെങ്കിലും ഉണ്ടാകണം.

ഇന്ത്യൻ ഭൗതികവാദത്തെപ്പറ്റി മനസ്സിലാക്കാൻ ഷഡ്ദർശനങ്ങളെപ്പറ്റിയുള്ള ഏകദേശധാരണ സഹായകരമാണ്.

സാംഖ്യം

ക്രി.മു. 6–ാം നൂറ്റാണ്ടിൽ ജീവിച്ചിരുന്ന കപിലനാണ് സാംഖ്യദർശനത്തിന്റെ ഉപജ്ഞാതാവ്. *മഹാഭാരത*ത്തിലും *മനുസ്മൃതി*യിലും പോലും സാംഖ്യദർശനത്തിന്റെ മിന്നലാട്ടങ്ങളുണ്ട്. ഇവയിലൊക്കെ നിറഞ്ഞു നിൽക്കുന്ന കപിലനെ നിഷേധിക്കാൻ പാടുപെട്ട ശങ്കരൻ ഒരു പുതിയ തന്ത്രം തന്നെ മെനഞ്ഞു. സാംഖ്യദർശകനായ കപിലനും മേൽ കൃതികളിലെ കപിലനും രണ്ടാളാണത്രേ.

സാംഖ്യദർശനത്തിന്റെ വ്യാഖ്യാനങ്ങളായ രണ്ടു മൗലിക ഗ്രന്ഥങ്ങളുണ്ട്. ഈശ്വരകൃഷ്ണൻ എഴുതിയ *സാംഖ്യകാരിക*യും, കർത്തൃത്വം അറിയാത്ത *സാംഖ്യസൂത്രവും.*

ലോകദാർശനിക ചരിത്രത്തിലെ ഏറ്റവും ചിട്ടയോടുകൂടിയ നിരീശ്വരവാദത്തിന്റെ പ്രാചീനമായ രൂപത്തെയാണ് സാംഖ്യം പ്രതിനിധീകരിക്കുന്നതെന്ന് ദേബീപ്രസാദ് ചതോപാധ്യായ നിരീക്ഷിക്കുന്നു.

സാംഖ്യത്തിലെ പ്രധാന സിദ്ധാന്തങ്ങളെ ഏതാണ്ടിങ്ങനെ ക്രോഡീകരിക്കാം.

1. പ്രത്യക്ഷജ്ഞാനമെന്നാൽ ഇന്ദ്രിയങ്ങളിൽ കൂടി (വസ്തുവിനെ) ബന്ധപ്പെടുത്തി അതിന്റെ രൂപത്തെ ചിത്രീകരിക്കുന്ന അറിവാണ്.

2. ഈശ്വരസങ്കൽപ്പം തെളിയിക്കപ്പെടാത്തതിനാൽ (ഈശ്വരാസിദ്ധേഃ) പ്രത്യക്ഷ ജ്ഞാനനിർവചനം, ഈശ്വരജ്ഞാനനിർവചനവുമായി പൊരുത്തപ്പെടുമോ എന്ന പ്രശ്നമേ ഉദിക്കുന്നില്ല.

3. ഈശ്വരൻ കേവല സ്വതന്ത്രനായ കർത്താവോ, നിബന്ധനകൾക്ക് വിധേയനായി പ്രവർത്തിക്കുന്ന കർത്താവോ ആയി സങ്കൽപ്പിക്കുവാൻ സാധ്യമല്ല. കേവലസ്വാതന്ത്ര്യം എന്നാൽ ഇച്ഛ, ആസക്തി, വികാരം എന്നിവയിൽ നിന്നുള്ള മുക്തിയാണ്. ഇച്ഛയിൽ നിന്നു മുക്തനാണെങ്കിൽ അദ്ദേഹത്തിന് സൃഷ്ടിക്കാനുള്ള ഇച്ഛയുണ്ടാകാൻ വയ്യ. ബന്ധനസ്ഥനായി പ്രവർത്തിക്കുന്നവനാണെങ്കിൽ അതു സർവശക്തി മഹത്വത്തിന്റെ നിഷേധമാണ്; അതായത് സൃഷ്ടിക്കാനുള്ള ശക്തിയില്ല.

4. ഈശ്വരൻ തെളിയിക്കപ്പെട്ടിട്ടില്ല എന്നതിന്റെ അന്തിമാർഥം ഈശ്വരൻ അയഥാർഥമാണ് എന്നാണ്.

5. ഈശ്വരന്റെ മേൽനോട്ടത്തിലല്ല കർമ്മഫലത്തിന്റെ ലബ്ധി; എന്തെന്നാൽ പ്രവൃത്തിയിൽ നിന്നു തന്നെയാണ് അതിന്റെ ലബ്ധി.

6. ഈശ്വരസങ്കൽപ്പം അപരിഹാര്യമായ വൈരുധ്യം കൊണ്ട് നിറഞ്ഞതാണ്. മാത്രമല്ല ഈശ്വരാസ്തിത്വത്തെ അംഗീകൃത പ്രമാണങ്ങൾ തെളിയിച്ചിട്ടില്ല.

7. മൂലപ്രകൃതി (ആദിമഭൗതികപദാർഥം) പരിണമിച്ചാണ് ഈ ലോകത്തിലെ സകല ചരാചരങ്ങളുമുണ്ടായത്.

8. ഒന്നുമില്ലായ്മയിൽ നിന്ന് യാതൊന്നുമുണ്ടാകുന്നില്ല (നാ വസ്തുനോ വസ്തുസിദ്ധി)*

യോഗം

പതഞ്ജലിയുടേതാണ് (ക്രി.മു.2) യോഗദർശനം. കപില ദർശനത്തിന്റെ പ്രായോഗികതയാണ് യോഗം. "ഏകം സാംഖ്യം ച യോഗം ച/യഃ പശ്യതി സപശ്യതി"

(സാംഖ്യവും യോഗവും ഒന്നെന്ന കാഴ്ചയാണ് ശരിയായ കാഴ്ച) എന്നു *ഭഗവദ്ഗീത*യിൽ തന്നെ പ്രസ്താവനയുണ്ട്. (ഗീത 5:5)

ഊർജ്ജം അഥവാ പ്രാണൻ ആണ് പരിണാമ കാരണം. പ്രാണനെ നിയന്ത്രിച്ചാൽ പ്രപഞ്ചത്തെ നിയന്ത്രിക്കാം. എല്ലാ ചലനവും ശ്രവണദർശനങ്ങളും ചിന്തയും പ്രാണന്റെ ചലനരൂപങ്ങളാണ്. ആത്മനിയന്ത്രണങ്ങളിലൂടെ മനഃശക്തിയെ വർദ്ധിപ്പിക്കാം. അതിന് അഷ്ടാംഗങ്ങൾ പതഞ്ജലി നിർദേശിക്കുന്നു. യമം, നിയമം, ആസനം, പ്രാണായാമം, പ്രത്യാഹാരം, ധാരണ, ധ്യാനം, സമാധി എന്നിവയാണവ. സൃഷ്ടികർത്താവായ ഒരു ഈശ്വരനെ പതഞ്ജലിയും അംഗീകരിക്കുന്നില്ല. എന്നാൽ കുണ്ഡലിനിയെ ഉണർത്തി അതീന്ദ്രിയ ജ്ഞാനം നേടാമെന്ന് പ്രസ്താവിക്കുന്നുണ്ട്.

മീമാംസ

മീമാംസ, ഉത്തരമീമാംസയും പൂർവ്വമീമാംസയുമുണ്ട്. വേദാന്തമെന്നറിയപ്പെടുന്ന ഉത്തരമീമാംസ ആസ്തികദർശനമാണ്. എന്നാൽ ജൈമിനിയുടെ പൂർവ്വമീമാംസ നിരീശ്വരവാദപരമാണ്. 2500 സൂത്രങ്ങളടങ്ങിയതാണ് ജൈമിനിയുടെ *മീമാംസാസൂത്രം.*

മീമാംസയുടെ ഏറ്റവും പ്രശസ്തരായ വക്താക്കൾ ശബരനും പ്രഭാകരനും കുമാരിലഭട്ടനുമായിരുന്നു. കുമാരിലഭട്ടൻ മീമാംസയെ വ്യാഖ്യാനിച്ചുകൊണ്ട് അവതരിപ്പിച്ച പ്രധാന വാദഗതികൾ ഇവയായിരുന്നു.

1. സർവശക്തനും കരുണാമയനുമായ ഈശ്വരൻ ദുരിതങ്ങളും അസമത്വവും കൊണ്ടുനിറഞ്ഞ ഇത്തരമൊരു ലോകം സൃഷ്ടിച്ചുവെന്നത് മൂഢത്വമാണ്. ഈ ലോകത്തിൽ കാണുന്ന ദുരിതങ്ങൾ ഈശ്വരനില്ല എന്നതിന്റെ വ്യക്തമായ തെളിവാണ്.

2. പ്രപഞ്ചത്തിനു മൊത്തത്തിൽ കാലത്തിന്റെ ഒരു പ്രത്യേക ബിന്ദുവിൽ ആരംഭം ഉണ്ടായിരുന്നെന്നോ, കാലത്തിന്റെ പ്രത്യേക

* എന്നാൽ പിന്നീട് സാംഖ്യത്തിലും ഈശ്വരനെ പ്രതിഷ്ഠിക്കാനുള്ള ശ്രമങ്ങൾ നടന്നു. വിജ്ഞാനഭിക്ഷുവിനെപ്പോലുള്ള വ്യാഖ്യാതാക്കൾ ഇപ്രകാരം സേശ്വരവാദം അവതരിപ്പിച്ചു. പ്രകൃതിയും പുരുഷനും-ഭൗതികസത്തയും ആത്മീയതത്വവും-രണ്ടും സ്വതന്ത്രങ്ങളാണെന്നും, അവയുടെ ഐക്യത്തിൽ നിന്നാണ് ലോകമുണ്ടായതെന്നും സമ്മതിച്ചാൽ അവയുണ്ടായത് എങ്ങനെ എന്നതിന് ഈശ്വരനിൽ നിന്ന് എന്നു വ്യാഖ്യാനിച്ചു. ഇതിന് സാംഖ്യത്തിന്റെ അടിസ്ഥാന പ്രമാണങ്ങളുമായി ബന്ധമില്ല.

മൊരു ബിന്ദുവിൽ അവസാനിക്കുമെന്നോ വിശ്വസിക്കാൻ ഒരു കാരണ വുമില്ല.

3. പ്രപഞ്ചസൃഷ്ടിക്കു മുമ്പുണ്ടായിരുന്ന ഈശ്വരന്റെ അവസ്ഥ യ്ക്ക് തൃപ്തികരമായ ഒരു മറുപടിയും ഈശ്വരവാദിക്കില്ല. എന്തെ ന്നാൽ സൃഷ്ടിക്കുമുമ്പ് യാതൊന്നും നിലനിന്നിരുന്നില്ല എന്ന് ഈശ്വര വാദി തന്നെ അംഗീകരിക്കുന്നു.

4. ഈശ്വരന് ലോകം സൃഷ്ടിക്കാൻ ഇച്ഛമാത്രം പോര. അതിനാവ ശ്യമായ പദാർഥങ്ങൾ വേണം. ഈശ്വരന് ഇവ എവിടെനിന്നു ലഭിച്ചു? ശൂന്യതയിൽ നിന്ന് ആർക്കും ഒന്നും സൃഷ്ടിക്കാൻ കഴിയില്ല.

5. ഭൂതദയ കൊണ്ടാണ് ഈശ്വരൻ ലോകം സൃഷ്ടിച്ചതെങ്കിൽ സ ന്തുഷ്ട ജീവികളെ മാത്രമേ സൃഷ്ടിക്കുമായിരുന്നുള്ളൂ.

6. ലോകസൃഷ്ടി ഈശ്വരന്റെ ഒരു രസമായിരുന്നുവെങ്കിൽ അത് അദ്ദേഹത്തിന് അനന്തമായ പ്രയാസങ്ങളുടെ ഉറവിടമാക്കിയിരിക്കും.

7. ഈശ്വരൻ സൃഷ്ടിച്ച ജീവികൾക്ക് എവിടെ നിന്നാണ് സൃഷ്ടി ക്കപ്പെട്ടതെന്ന് അറിയാനിടയില്ല. ലോകസൃഷ്ടിയെപ്പറ്റിയുള്ള പ്രധാന തെളിവ് വേദപുസ്തകങ്ങൾ മാത്രമാണ്.

ബൗദ്ധ ദർശനം

'ഫിലോസഫി'യുടെ അത്യുദാത്തമായ വഴിയാണ് ബുദ്ധൻ തെളി ച്ചുകൊടുത്തത്. ഏഷ്യാ വൻകരയെ ഇളക്കിമറിച്ച ബൗദ്ധദർശനം തികച്ചും നിരീശ്വരവാദപരമായിരുന്നു. മനുഷ്യൻ സ്വന്തം വിധികർത്താ വാണെന്ന് പ്രഖ്യാപിച്ച ബുദ്ധൻ ലോകത്തിന്റെ കാര്യമായോ കാരണ മായോ ഏതെങ്കിലുമൊരു ധാർമ്മിക പരിപാലകനെ കൽപ്പിക്കുന്നില്ല.

അഗാധവ്യാപ്തിയുള്ള ബൗദ്ധദർശനത്തെ വളരെ ചുരുക്കി ഇപ്ര കാരം വിവരിക്കാം.*

1. ലൗകിക പ്രപഞ്ചത്തിലെ പഞ്ചബന്ധങ്ങൾ ദുഃഖകരമാണ്. ജന നം ദുഃഖമാണ്; വാർധക്യം ദുഃഖമാണ്; രോഗം ദുഃഖമാണ്; മരണം ദുഃഖമാണ്; പ്രിയമില്ലാത്തവരുടെ സംയോഗം ദുഃഖമാണ്; പ്രിയമുള്ളവ രുടെ വിയോഗം ദുഃഖമാണ്; ആഗ്രഹിച്ചത് ലഭിക്കാത്തത് ദുഃഖമാണ്.

2. നാല് ശ്രേഷ്ഠസത്യങ്ങളും (Four Noble Truths) ബുദ്ധൻ ലോകത്തിന് ബോധ്യപ്പെടുത്തി. 1. ജീവിതം ദുഃഖമയമാണ്. 2. അതിനു കാരണം തൃഷ്ണയാണ്. 3. ദുഃഖനിവാരണത്തിന് തൃഷ്ണ വെടിയുക. 4. അതിനുള്ള വഴി അഷ്ടാംഗമാർഗമാണ്.

3. പ്രപഞ്ചം ഈശ്വരനിർമിതമായിരുന്നുവെങ്കിൽ ഇവിടെ പരിവർ ത്തനമോ നാശമോ, ന്യായവും അന്യായവുമോ, ശുദ്ധവും അശുദ്ധ

---

* ബുദ്ധന്റെ നാസ്തിക പരാമർശങ്ങൾ മാത്രമേ മുഖ്യമായി ഇവിടെ സൂചിപ്പിക്കു ന്നുള്ളൂ. അഷ്ടാംഗമാർഗം, സംസാരചക്രം, ധർമ്മം, സംഘം, കർമ്മം, പുനർജന്മം തുടങ്ങിയ അതിവിപുല സിദ്ധാന്തങ്ങളും, അശ്വഘോഷിന്റെയും നാഗാർജ്ജുന ന്റെയും തത്സംബന്ധിയായ വ്യാഖ്യാനങ്ങളും ഇവിടെ പ്രസക്തമല്ല.

വുമോ ഉണ്ടാകുമായിരുന്നില്ല. കാരണം ഇവ ഈശ്വരനിൽ നിന്നു തന്നെ ഉണ്ടാകണമല്ലോ.

4. പ്രാണികളിൽ കാണുന്ന ദുഃഖം, ആനന്ദം, പ്രേമം, വിദ്വേഷം എന്നിവ ദൈവപ്രവർത്തനങ്ങളാണെങ്കിൽ ആ ദൈവത്തിന്റെ പ്രവർത്തനങ്ങളിലും അത് കാണണം. എങ്കിൽ ദൈവം പരിപൂർണ്ണനാകുന്നതെങ്ങനെ?

5. ഈ ലോകം ഈശ്വരന്റെ സൃഷ്ടിയാണെങ്കിൽ പിന്നെ പരിവർത്തനം, നാശം മുതലായവയൊന്നും ഉണ്ടാകുമായിരുന്നില്ല. ദുഃഖം, ന്യായം, അന്യായം, പവിത്രം, അപവിത്രം എന്നിവയും ഉണ്ടാകുമായിരുന്നില്ല. കാരണം ഇവയെല്ലാം ഈശ്വരനിൽ നിന്ന് ഉണ്ടാകുന്നത് എന്നാണല്ലോ കരുതപ്പെടുന്നത്.

6. ഈശ്വരൻ സ്രഷ്ടാവാണെങ്കിൽ സൃഷ്ടിക്ക് ഒരുദ്ദേശ്യം കാണണം. ഉദ്ദേശ്യത്തോടുകൂടിയാണ് സൃഷ്ടി നടത്തുന്നതെങ്കിൽ ഈശ്വരൻ പൂർണ്ണനല്ല. കാരണം ഉദ്ദേശ്യമെന്നാൽ അഭാവത്തിന്റെ പൂർത്തീകരണമാണ്. യാതൊരു ഉദ്ദേശ്യവുമില്ലാതെയാണ് സൃഷ്ടിയെങ്കിൽ ഈശ്വരൻ ഒരു ഭ്രാന്തനോ, മുലകുടിക്കുന്ന കുട്ടിയോ ആകണം.

7. പുഴ കടക്കാനാഗ്രഹിക്കുന്നവർ ഇക്കരെ നിന്ന് മറുകരയോട് “അല്ലയോ അക്കരെ, ഇക്കരെയ്ക്കു കടന്നുവരൂ” എന്നപേക്ഷിക്കുന്നതു പോലെ നിഷ്പ്രയോജനമാണ് ഈശ്വരപ്രാർഥന.

ബൗദ്ധ ദർശനത്തിലെ പിൽക്കാല, വൈഭാഷിക, മഹായാന വ്യാഖ്യാനങ്ങൾ ന്യായവൈശേഷികന്മാർ അവതരിപ്പിച്ച ഈശ്വരവാദങ്ങൾക്കുള്ള ചുട്ട മറുപടിയായിരുന്നു.

ജൈനദർശനം

ബൗദ്ധം പോലെ തന്നെ ഭാരതത്തിൽ നിന്ന് ഉയിർക്കൊണ്ട് ഏഷ്യയെമ്പാടും വെളിച്ചം വിതറിയ മഹാവീരന്റെ ചിന്തകളും, തികച്ചും നിരീശ്വരവാദപരമായിരുന്നു. സംഗ്രഹിക്കുന്നതിന്റെ പരിമിതിക്കുള്ളിൽ നിന്നുകൊണ്ട് ഇങ്ങനെ അവയെ സൂചിപ്പിക്കാം.

1. പ്രപഞ്ചം സൃഷ്ടിക്കപ്പെട്ടതല്ല; അതുകൊണ്ട് ഒരു സ്രഷ്ടാവുമില്ല.

2. പ്രപഞ്ചത്തിലുള്ളതെല്ലാം ജീവം, അജീവം എന്ന രണ്ടുതരം മാത്രമാണ്. അവയാകട്ടെ അനാദിയാണ്; നാശമില്ലാത്തതാണ്; എന്നാൽ പരിണാമ വിധേയമാണ്.

3. ലോകം ആത്മാക്കളാൽ നിറഞ്ഞിരിക്കുന്നു. ശരീരവും ഇന്ദ്രിയങ്ങളും ആത്മാക്കളെ ബന്ധനത്തിലാക്കിയിരിക്കുന്നു. ഇതിൽ നിന്നുള്ള മോചനമാണ് മോക്ഷം.

നാസ്തികപരമാണ് ജൈനദർശനമെങ്കിലും, ആത്മാവിലും മോക്ഷത്തിലും മഹാവീരൻ വിശ്വസിച്ചിരുന്നു. എന്നാൽ ആസ്തിക്യത്തിലെ മോക്ഷമല്ല ഇദ്ദേഹത്തിന്റെ വിഭാവന.

ജൈനദർശനത്തിന്റെ അടിസ്ഥാനഗ്രന്ഥം ഗുണരത്നന്റെ *തർക്ക രഹസ്യ ദീപിക*യും ഹരിഭദ്രന്റെ *സദർശന സമുച്ചയഭാഷ്യ*വുമാണ്. ന്യായ-വൈശേഷികരുടെ ഈശ്വരാനുമാനത്തിന്റെ അതിശക്തമായ നിഷേധമായിരുന്നു ഗുണരത്നന്റെ സിദ്ധാന്തങ്ങൾ.

ലോകായതം

മറ്റു ദർശനങ്ങളൊക്കെ നഷ്ടപ്പെട്ടാലും ലോകായതം മാത്രം അവശേഷിച്ചാൽ മതി ഇന്ത്യൻ ആത്മീയവാദദർശനത്തെ പൊളിച്ചു കാട്ടാൻ.

'ലോകായത'മെന്നാൽ ലോകത്തിൽ പ്രചരിച്ചിരുന്നത് എന്നാണർഥം. അതായത് ഏറ്റവും ജനപ്രിയമായിരുന്നത്. സാധാരണക്കാർക്കുപോലും സുഗ്രഹമായിരുന്ന ലോകായതം 'ചാർവ്വാകം' എന്നുകൂടി അറിയപ്പെട്ടിരുന്നു.*

ഇതിഹാസകാലത്തെ സാമൂഹ്യമനഃസാക്ഷിയുടെ സൂക്ഷിപ്പുകാരായിരുന്നു ചാർവ്വാകന്മാർ. *മഹാഭാരത*ത്തിൽ ചാർവ്വാകരെ പരാമർശിക്കുന്നുണ്ട്.

അർത്ഥശാസ്ത്രകാരനായ കൗടില്യൻ ലോകായതത്തെ, സാംഖ്യ-യോഗസിദ്ധാന്തങ്ങൾക്കൊപ്പം 'ആന്വീഷികി' (തികച്ചും യുക്ത്യധിഷ്ഠിതമായ തർക്കശാസ്ത്രം) എന്നാണ് വിശേഷിപ്പിക്കുന്നത്. ലോകായതമെന്ന പേര് പ്രാചീനമാണ്. 'ചാർവ്വാകം' എന്ന പര്യായം ഇതിനുണ്ടായത് 8-ാം നൂറ്റാണ്ടിലോ 9-ാം നൂറ്റാണ്ടിലോ ആണ്.

ചാരുവായ (ആകർഷകമായ) വാക്കു പറയുന്നവൻ ചാർവ്വാകൻ എന്നാണർഥം. ഈ ദർശനത്തിനുണ്ടായിരുന്ന ജനപ്രീതിയെയാണ് ഇതു സൂചിപ്പിക്കുന്നത്. ബ്രഹസ്പതിയുടെ സിദ്ധാന്തം എന്ന അർഥത്തിൽ 'ബാർഹസ്പത്യം' എന്നും ഇതിനെ പറയുന്നുണ്ട്.

ലോകായതന്മാർ പ്രത്യക്ഷജ്ഞാനത്തെയാണ് അംഗീകരിക്കുന്നത് എന്നതുകൊണ്ട് അനുമാനത്തെ അപ്പാടെ തള്ളിപ്പറയുന്നില്ല. നാസ്തികന്മാർ അനുമാനം ഉപയോഗിച്ച് കാടുകയറിപ്പോകുന്നതിനെ ചാർവ്വാകർ എതിർക്കുന്നുണ്ട്. പുരന്ദരൻ എന്ന് ചാർവ്വാകൻ പറയുന്നതിപ്രകാരമാണ്. "ലോകപ്രസിദ്ധമായ അനുമാനം ചാർവ്വാകന്മാർക്കും സമ്മതമാണ്. എന്നാൽ പ്രായോഗിക ലൗകിക ജീവിതത്തിൽ നിന്നും വ്യതിരിക്തമായ കാര്യങ്ങൾക്ക് (അതായത് പരലോക-മരണാനന്തര സിദ്ധാന്ത സാധൂകരണത്തിന്) അത് ഉപയോഗിക്കുന്നത് ചാർവ്വാകർ നിഷേധിക്കുന്നു."

ലോകായതത്തിലെ പ്രമുഖ ധാരകളെ ഇങ്ങനെ സംഗ്രഹിക്കാം.

1. ഭൂമി, വെള്ളം, അഗ്നി, വായു എന്നിവയാണ് അടിസ്ഥാന മൂലകങ്ങൾ. അവ നിത്യങ്ങളാണ്. അവയുടെ യഥോചിതമായ സമ്മേളനം

---

* 'ചർവ്വ്' (ചവയ്ക്കുക) എന്ന ധാതുവിൽ നിന്നും ഉണ്ടായതാണെന്നു ഒരഭിപ്രായമുണ്ട്. തിന്നും കുടിച്ചും കഴിയുന്നവർ എന്ന് അർഥം വരും. എന്നാൽ 'ചർവ്വ്' ധാതുവിൽ നിന്ന് 'ചാർവ്വാക'പദം ലഭിക്കില്ല എന്നാണ് പണ്ഡിതമതം. മേൽകൃതി നോക്കുക.

കൊണ്ടും പ്രകൃതിയും മനുഷ്യനും രൂപപ്പെടുന്നു. ജഡപദാർഥങ്ങൾ പ്രത്യേകരീതിയിലും അനുപാതത്തിലും ചേരുമ്പോൾ പ്രജ്ഞയുണ്ടാകുന്നു. മദ്യമുണ്ടാക്കാനുള്ള പദാർഥങ്ങൾ കൂടിക്കലരുമ്പോൾ ലഹരിയുണ്ടാകുന്നതു പോലെ എന്ന് ഉപമ.

2. ശരീരത്തിൽ നിന്നു വേറിട്ടു നിൽക്കുന്ന ഒരു ആത്മാവില്ല. ആത്മാവ് ശരീരത്തിന്റെ പദാർഥ നിരതമായ ഒരു ഗുണം മാത്രമാണ്. ശരീരത്തിന്റെ നാശത്തോടെ ആത്മാവും നശിക്കുന്നു.

3. കാണപ്പെടാത്ത ഒന്നിലും വിശ്വസിക്കാനാവില്ല. പരലോകവും ഈശ്വരനുമില്ല. വിധിയും കർമ്മഫലവും മോക്ഷവും കെട്ടുകഥകളാണ്.

4. ചണ്ഡാളന്റെയും ബ്രാഹ്മണന്റെയും സിരകളിലൊഴുകുന്നത് ഒരേനിറത്തിലുള്ള ചോരയാണ്. അവരുടെ രൂപഭംഗിയും വ്യത്യസ്തമല്ല. ജാതി തിരിച്ചുള്ള പരിശുദ്ധികല്പന നിരർഥകമാണ്. എല്ലാ ജാതിയിൽപ്പെട്ട മനുഷ്യർക്കും ജീവിതം ആസ്വദിക്കാനുള്ള സ്വാതന്ത്ര്യവും അവകാശവുമുണ്ട്.

5. വേദങ്ങൾ അവ്യക്തമാണ്; ഭ്രാന്ത ജല്പനങ്ങളാണ്; യുക്തിഹീനവും ഭോഷ്കുമാണ്.

6. ഈ ലോകത്തിലെ ഐശ്വര്യമാണ് സ്വർഗ്ഗസുഖം. സ്വർഗ്ഗമെന്ന പേരിൽ മറ്റൊരിടമില്ല. അത് ആനന്ദാനുഭൂതിയാണ്. നരകം എന്നത് ഈ ലോകത്തിലെ ദുരിതങ്ങളാണ്.

7.വിശ്വാസികൾ അവകാശപ്പെടുന്നതുപോലൊരു ദൈവമുണ്ടായിരുന്നെങ്കിൽ എന്തുകൊണ്ടാണ് പ്രാർഥിക്കുന്നവരുടെ ദുഃഖങ്ങളെ അകറ്റി സന്തോഷിപ്പിക്കാത്തത്.

ചാർവ്വാകരുടെ കുറിക്കുകൊള്ളുന്ന ചോദ്യങ്ങൾക്ക് ആർക്കും ഉത്തരം പറയാൻ കഴിയില്ല. യാഗത്തിൽ കൊല്ലുന്ന മൃഗം സ്വർഗ്ഗത്തിൽ പോകുമെങ്കിൽ എന്തുകൊണ്ടാണ് യാഗത്തിൽ സ്വന്തം പിതാവിനെ അറുക്കാത്തത് എന്ന ചോദ്യത്തിന് എന്താണ് ന്യായമായ ഉത്തരം.

ആത്മീയ കാപട്യം

മനുഷ്യകർമ്മങ്ങൾ സ്വയം ഉചിതഫലങ്ങൾ സൃഷ്ടിക്കുന്നുവോ, അതോ ഈ ഫലങ്ങൾ ധാർമ്മിക നിയന്താവായ ഒരു മനുഷ്യാതീത പ്രവർത്തകന്റെ ഇച്ഛയ്ക്കു വിധേയമാണോ എന്നതാണ് ആസ്തിക – നാസ്തിക വാദങ്ങളെ വേർതിരിക്കുന്ന അടിസ്ഥാനധാര.

അതായത് സ്വന്തം പ്രവർത്തികളുടെ അനന്തരഫലങ്ങളുടെ ഉത്തരവാദിത്തം ദൈവത്തിന്റെ തലയിലും വിധിയിലും കൊണ്ടുവെച്ചും സ്വന്തം ഉത്തരവാദിത്തങ്ങളിൽനിന്നും ദുഷ്ചെയ്തികളിൽനിന്നും തലയൂരുക എന്ന തന്ത്രമാണ് ഈശ്വരവാദികൾ ചെയ്തുവരുന്നത്. നാസ്തികന്മാരാകട്ടെ സ്വന്തം പ്രവൃത്തിയുടെ ധർമ്മാധർമ്മങ്ങളും ന്യായാന്യായങ്ങളും സ്വയം വിലയിരുത്തുന്നു.

ആത്മാവിലധിഷ്ഠിതമായ ആശയവാദവും, പദാർഥനിരതമായ ഭൗതികവാദവും തമ്മിലുള്ള അന്തരത്തിന്റെ അടിത്തറയിൽ വില യിരുത്തുമ്പോൾ ഇന്ത്യൻ ദർശനങ്ങളിലെ ഒമ്പതിൽ ആറും ഭൗതിക വാദമാണെന്നു കണ്ടുകഴിഞ്ഞു. ഇതിനെ പൂർണ്ണമായും തിരസ്കരിച്ചും തമസ്കരിച്ചുമാണ് ഭാരതീയ ദർശനത്തിന്റെ കമ്പോടുകമ്പ് ആത്മീയമാ ണെന്ന് വാദിച്ചു സ്ഥാപിക്കാൻ തല്പരകക്ഷികൾ ശ്രമിച്ചു പോരുന്നത്. സ്വർണ്ണപാത്രം കൊണ്ടു മൂടപ്പെട്ടിരിക്കുന്ന സത്യത്തിന്റെ മുഖം തുറ ക്കാൻ പ്രാർഥിക്കുന്നവർ* തന്നെ ആയിരക്കണക്കു വർഷങ്ങളുടെ പാരമ്പര്യമുള്ള ഭൗതികദർശനങ്ങളെ മനഃപൂർവ്വം ഒഴിവാക്കിക്കൊണ്ട്, സത്യാന്വേഷണമാണ് ആത്മീയവാദ ദർശനങ്ങൾ എന്നു സ്ഥാപിക്കു വാൻ ശ്രമിക്കുന്നതിലെ പരിഹാസ്യത തിരിച്ചറിയേണ്ടതു തന്നെയാണ്. ഇത് തന്ത്രപരമായ രാഷ്ട്രീയ താല്പര്യത്തിന്റെ ഭാഗമാണ്.

---

* ഹിരണ്മയേന പാത്രേണ സത്യസ്യാപിഹിതം മുഖം തത്വം പൂഷണ പാവൃണ സത്യധർമ്മായ ദൃഷ്ടയേ (ഈശം: 15.)

7

മതവും യുക്തിവാദവും

മനുഷ്യ സമൂഹരൂപീകരണത്തിന് എത്രയോ നൂറ്റാണ്ടുകൾക്കു ശേഷമാണ് മതമുണ്ടായത്. അതിൽതന്നെ പല മതങ്ങളും അസ്തമിച്ചു കഴിഞ്ഞു. കാലത്തെ അതിജീവിക്കാൻ കഴിയാതെ വരികയും സാമൂഹ്യവിരുദ്ധശക്തിയായി പ്രതിലോമകരമാവുകയും ചെയ്യുമ്പോൾ ഏതൊരു മതവും നശിക്കും. മറ്റൊരു മതം അതേത്തുടർന്നു ജന്മമെടുക്കും. ആക്രമണകാരികൾ ബലം പ്രയോഗിച്ച് മതം അടിച്ചേൽപ്പിച്ചിട്ടുണ്ട്.

സൈന്ധവ നാഗരികതയുടെ ദ്രാവിഡമതത്തെ തകർത്ത് ആര്യമതം (ബ്രാഹ്മണമതം) പ്രബലമായതോടെയാണ് സവർണ്ണ ദൈവങ്ങൾ തന്നെ ഇന്ത്യയിൽ ഉടലെടുത്തത്. വിവിധ ഘട്ടങ്ങളിൽ അസ്തമിച്ചുപോയ മതങ്ങളിൽ വേദമതം, ദ്രാവിഡമതം, ശൈവമതം, വൈഷ്ണവമതം, അദ്വൈതം, ദിൻ ഇലാഹി, ഗോസായിമതം, താന്ത്രികമതം തുടങ്ങിയവ പെടുന്നു. ഇതിൽ പലതിനെയും കൂട്ടിയിണക്കുകയും വേർപിരിക്കുകയും സമന്വയിപ്പിക്കുകയുമൊക്കെ ചെയ്ത് 'ഹിന്ദുമത'മെന്ന പൊതു ചട്ടക്കൂട്ടിൽ കൊണ്ടുവന്നിട്ടുമുണ്ട്.

മതം മനുഷ്യത്വ വിരുദ്ധമോ!

മാനവികമല്ലാത്ത ഒരു പ്രത്യയശാസ്ത്രത്തിനും വ്യവസ്ഥയ്ക്കും ആത്യന്തികമായ നിലനിൽപ്പില്ല. മനുഷ്യന്റെ അജ്ഞത മതങ്ങൾ മുതലെടുക്കാറുണ്ട് എന്നത് വസ്തുത മാത്രമാണ്. മതവും ക്രൂരതയും കൈകോർത്തു പോന്നു എന്ന ബർട്രാന്റ് റസ്സലിന്റെ നിരീക്ഷണം വസ്തുനിഷ്ഠമാണ്. ചരിത്രത്തിൽ ഏറ്റവും കൂടുതൽ രക്തം ചൊരിഞ്ഞിട്ടുള്ളത് മതത്തിന്റെ പേരിലാണ്. ക്രിസ്തുമതം തന്നെ അതിന്റെ ലക്ഷണമൊത്ത ഉദാഹരണം.

ലോകമെമ്പാടും മനുഷ്യസ്നേഹത്തിന്റെ സുവിശേഷം പ്രചരിപ്പിക്കുമ്പോഴും ജീവകാരുണ്യപ്രവർത്തനത്തിന്റെ മാലാഖമാരായി അവതരിക്കുമ്പോഴും, വിവരണാതീതമായ മനുഷ്യഹത്യകൾക്ക് മതം അരുനിന്നിട്ടുണ്ട്. എ ഡി ആദ്യ മൂന്നുനൂറ്റാണ്ടുകളിൽ ക്രിസ്തുമത പ്രചാരകർ ഭീകരമായി വേട്ടയാടപ്പെടുകയുണ്ടായി. നീറോ ചക്രവർത്തി മുതൽ ഡയോക്ലിഷൻ വരെയുള്ളവർ ക്രൈസ്തവ വിശ്വാസികളെ നിരീശ്വരരായി മുദ്രകുത്തി കൊന്നൊടുക്കിയിരുന്നു. എ ഡി 325–ൽ കോൺസ്റ്റന്റയിൻ ചക്രവർത്തി ക്രിസ്തുമതത്തെ ഔദ്യോഗികമായി സ്ഥാപിച്ച് അംഗീകരിക്കുന്നതോടെ ചരിത്രം തിരിഞ്ഞു. തുടർന്നുള്ള ആയിരം വർഷങ്ങൾ ലോക ചരിത്രത്തിലെ ഇരുളടഞ്ഞ ഏടുകളായി. സമാനതകളില്ലാത്ത കൊടുംക്രൂരതകളാണ് ക്രൈസ്തവമതം അഴിച്ചുവിട്ടത്. 350വർഷം നീണ്ടുനിന്ന ഏഴു കുരിശുയുദ്ധങ്ങളിൽ ആദ്യത്തെ മൂന്നെണ്ണം യഹൂദരുമായി യരുശലേമിനുവേണ്ടി നടത്തിയതാണെങ്കിൽ തുടർന്ന് മുസ്ലീങ്ങളുമായും അവസാനം വ്യത്യസ്ത ക്രൈസ്തവ വിഭാഗങ്ങളുമായും നടത്തിയ യുദ്ധങ്ങളിലൂടെ പിഞ്ചുകുട്ടികളടക്കം ലക്ഷക്കണക്കിന് മനുഷ്യരാണ് പിടഞ്ഞുവീണത്. ഭക്തിയുടെയും മത സമർപ്പണത്തിന്റെയും പേരിൽ യാതൊരു സൈനിക പരിശീലനവുമില്ലാത്ത സാധാരണ വിശ്വാസികളാണ് കുരിശുകളുമേന്തി മൈലുകൾ താണ്ടിയുള്ള നരഹത്യകളിൽ പങ്കാളികളായത്.

തുടർന്ന് പോപ്പുമാരുടെ ഭരണത്തിൻ കീഴിലെ ഇൻക്വിസിഷൻ കാലം (Inquisition) വിവരണാതീതമായ കൊലപാതക പരമ്പരകളുടേതായിരുന്നു. സഭയ്ക്കോ പുരോഹിതന്മാർക്കോ എതിരായി ശബ്ദിക്കുന്ന ഏതൊരാളെയും തീയിലിട്ടും വെള്ളത്തിൽ മുക്കിയും കൊന്നൊടുക്കിയതിന്റെ കണക്കുകൾ ലക്ഷങ്ങൾ കവിയുന്നതാണ്. അപ്പോഴും സുവിശേഷയോഗങ്ങളിലും പള്ളികളിലും മനുഷ്യപുത്രന്റെ ദയയെയും സഭയുടെ സ്നേഹത്തെയുംകുറിച്ച് പ്രസംഗിച്ചുകൊണ്ടിരുന്നു.

ഇതുപോലെതന്നെ ഭീകരമാണ് ബ്രാഹ്മണമതത്തിന്റെയും ഇസ്ലാം മതത്തിന്റെയുമൊക്കെ യഥാർഥ ചരിത്രം. സനാതന ഹൈന്ദവികതയുടെ ചെപ്പേടെന്നു കരുതുന്ന *ഋഗ്വേദം* തന്നെ ഇതിന്റെ തെളിവാണ്. ദ്രാവിഡ രാജാക്കന്മാരുടെ പരമ്പരകളെത്തന്നെ ഹീനവും ക്രൂരവുമായി കൊന്നൊടുക്കിയതിന്റെ നേർസാക്ഷ്യങ്ങളാണ്. നൂറ്റാണ്ടുകളിലൂടെ വ്യത്യസ്ത ജനതകൾക്കും സംസ്കാരങ്ങൾക്കും മതങ്ങൾക്കുമെതിരെ പോരടിച്ചും കൊന്നൊടുക്കിയും അടിമത്വവും ജാതിവ്യവസ്ഥയും സ്ഥാപിച്ചും കിരാതമായ ഭരണം നടത്തിയ ചരിത്രമാണ് ബ്രാഹ്മണമതത്തിനുള്ളത്. 'അദ്വൈത'മെന്ന മായാവാദം അവതരിപ്പിച്ച ആത്മീയാചാര്യൻ ആദിശങ്കരൻ യഥാർഥത്തിൽ ലോകം കണ്ട കൊലയാളികളിൽ പ്രമുഖനായിരുന്നുവെന്ന് വിവേകാനന്ദൻ തന്നെ സാക്ഷ്യപ്പെടുത്തിയിട്ടുണ്ട്. (*സമ്പൂർണ്ണ കൃതികൾ* – വാല്യം ഏഴ്)

ഇസ്ലാമിക ചരിത്രം ആരംഭിക്കുന്നതു തന്നെ മുഹമ്മദ് നബി നടത്തിയ 27 യുദ്ധങ്ങളിലൂടെയാണ്. ചോരയൊഴുക്കിക്കൊണ്ട് ആരംഭിച്ച

മതം അന്നുമുതൽ ഇന്നുവരെ അന്യമതസ്ഥരോടു മാത്രമല്ല, സ്വന്തം മതത്തിലെ ഇതര വിഭാഗങ്ങൾക്കെതിരെയും കലാപങ്ങൾക്കു പ്രേരണ നൽകുകയാണ് ചെയ്തിട്ടുള്ളത്. ഇറാൻ–ഇറാക്കു യുദ്ധത്തിന്റെ അടിസ്ഥാന വികാരം ഷിയാ–സുന്നി ശത്രുതയാണ്. പാകിസ്ഥാനിലെ അഹമ്മദീയരും മറ്റും നേരിടുന്ന ഏറ്റവും വലിയ വെല്ലുവിളി ജമാഅത്തെ ഇസ്ലാമിയിൽ നിന്നാണ്. ലോക മതഭീകരതയുടെ പ്രധാന ഉറവിടങ്ങളിലൊന്നായി ഇസ്ലാമിക തീവ്രവാദം മാറിക്കഴിഞ്ഞിരിക്കുന്നു. സദ്ദാം ഹുസൈൻ കൊലക്കയറിൽ തൂങ്ങിയാടിയപ്പോൾ ആഹ്ലാദനൃത്തം ചെയ്ത് അള്ളായ്ക്കു സ്തുതി പറഞ്ഞവർ ഷിയാകൾ മാത്രമാണ്.

മതവിമർശനത്തിൽ നിന്ന് സാമൂഹ്യ വിമർശനത്തിലേക്ക്

യൂറോപ്പിനെ ചോരയിൽ മുക്കിയ മതഭീകരതകൾ കണ്ടതുകൊണ്ടു തന്നെയാണ് മതവിമർശനത്തിൽ നിന്നാണ് സാമൂഹ്യ വിമർശനം ആരംഭിക്കുന്നതെന്ന് മാർക്സ് അടിവരയിട്ടു പ്രഖ്യാപിച്ചത്. മതം ചരിത്രത്തിന്റെ ചാലകശക്തിയാണെന്ന വിധത്തിൽ ചരിത്രരചന നടത്തിയത് മതാധിപത്യ ശക്തികൾ തന്നെയാണ്. അധികാരവും മതവും സന്ധിചെയ്തുകൊണ്ടു തന്നെയാണ് നാളിതുവരെ സാമൂഹ്യ ചൂഷണം നടത്തിപ്പോന്നതും. അതിനായി തൽസംബന്ധിയായ ഒട്ടേറെ തന്ത്രങ്ങൾ അവർ മെനയുകയും ചെയ്തു.

അതിൽ പ്രമുഖമായ ഒന്നാണ് മതത്തിനല്ല, അതിന്റെ നടത്തിപ്പുകാർക്കാണ് പിഴവു പറ്റിയതെന്ന തന്ത്രം. അതായത് മതം സനാതനവും സത്യവുമാണ്, പക്ഷേ അതിന്റെ വക്താക്കൾ സ്വാർഥതകൊണ്ടു വരുത്തിവച്ചതാണ് കുഴപ്പങ്ങൾ എന്നാണ് ഭാഷ്യം. ഈ വാദം കപടമാണെന്നതിന് മതഗ്രന്ഥങ്ങൾ തന്നെയാണ് തെളിവ്.

അന്യദൈവത്തെ ആരാധിക്കരുതെന്നും (ഒന്നാം കല്പന) അങ്ങനെ ചെയ്യുന്നവരെ പട്ടണത്തിനു പുറത്തു കൊണ്ടുപോയി കല്ലെറിഞ്ഞു കൊല്ലണമെന്നും (ആവർത്തനം 17: 3–5) *ബൈബിളി*ന്റെ ഭാഗമായ പഴയനിയമത്തിൽ പറയുന്നു. അന്യമതക്കാരുമായി കൂട്ടുകെട്ടിലും സ്നേഹബന്ധത്തിലും അകപ്പെടരുത്. അന്യജാതികളോട് യാതൊരുവിധ കരുണയും കാണിക്കരുത്, അവരുടെ ദേവീദേവന്മാരെയും ആരാധനാലയങ്ങളെയും അടിച്ചു തകർത്ത് ചുട്ടുകരിച്ച് ചാമ്പലാക്കണം (ആവ: 7:1–15) എന്നും പ്രഖ്യാപിക്കുന്നത് അതേ വിശുദ്ധഗ്രന്ഥം തന്നെ. ഒരു കരണത്തടിച്ചാൽ മറുകരണം കാട്ടിക്കൊടുക്കണമെന്നാണ് ക്രിസ്തു ഉപദേശിച്ചത്. യിസ്ഹാക്കിന്റെയും യാക്കോബിന്റെയും ദൈവമാണു താനെന്നു പ്രഖ്യാപിച്ച ക്രിസ്തു എങ്ങനെയാണ് അന്യ ജനങ്ങളെ പ്രതിനിധീകരിക്കുക?

ബ്രാഹ്മണമത നിയമപ്രകാരം (ഇപ്പോൾ ഹൈന്ദവമതം) ചാതുർവർണ്യത്തിൽപ്പെടുന്ന ബ്രാഹ്മണ, ക്ഷത്രിയ, വൈശ്യ വിഭാഗങ്ങൾ മാത്രമാണ് ഹിന്ദുക്കൾ. ഇന്ത്യൻ ജനസംഖ്യയുടെ പത്തു ശതമാനം പോലും

ഇതിൽ വരില്ല. ശൂദ്രരെക്കൂടി കൂട്ടിയാലും 13%പോലുമാകില്ല. ബാക്കിയുള്ള പഞ്ചമരും ചണ്ഡാളരുമൊക്കെ മനുഷ്യർ പോലുമാണെന്നു സമ്മതിക്കാത്ത ഒരു മതമാണത്.

*ഖുറാനി*ലെത്തുമ്പോൾ ചിത്രം വളരെ വ്യക്തമാണ്. ബഹുദൈവ വിശ്വാസികളെ പതിയിരുന്നു പിടിച്ചു കൊല്ലുക (9:5) അല്ലാഹുവിനോടു സമരം ചെയ്യുന്നവരെ ക്രൂശിക്കുകയോ വധിക്കുകയോ കൈകാലുകൾ ഒന്നിടവിട്ടു മുറിക്കുകയോ ചെയ്യുക (6:33) ക്രിസ്ത്യാനികളെയും ജൂതന്മാരെയും ആത്മമിത്രങ്ങളും സഹായികളുമാക്കരുത് (5:51) എന്നു തുടങ്ങി, ലോകം മുഴുവൻ അല്ലാഹുവിനാകുന്നതുവരെ അവരോടു യുദ്ധം ചെയ്യുക (2:19) എന്നുവരെ പരസ്യമായി അന്യമത ദ്വേഷവും ശത്രുതയുമാണ് *ഖുറാൻ* പ്രചരിപ്പിക്കുന്നത്. ഇതനുസരിച്ചു തന്നെയാണ് ഇസ്ലാം നാളിതുവരെ പ്രവർത്തിച്ചു പോരുന്നതും.

ഇതിനർഥം കുഴപ്പം മതത്തിന്റെ വക്താക്കൾ അറിവില്ലായ്മ കൊണ്ടു വരുത്തിവച്ചതാണെന്നല്ല, മതം ഏതായാലും അതിന്റെ സംഹിത അന്യമത വിരുദ്ധമാണ്. കാരണം ഓരോ മതവും അന്യമതങ്ങൾക്കെതിരായിത്തന്നെ ഉയിർക്കൊണ്ടവയാണ്. സംഘടിത മതങ്ങൾ ഒരിക്കലും മനുഷ്യത്വപരമായ നിലപാട് അതിനുള്ളിലെ ദരിദ്രരോടുപോലും കൈക്കൊണ്ടിട്ടില്ല. ഹിറ്റ്ലറുമായി ചങ്ങാത്തം കൂടിയ ചരിത്രമാണ് കത്തോലിക്കാ സഭക്കുള്ളത്. മാങ്ങയെ അറിയുന്നത് അതിന്റെ പുളിപ്പിലൂടെയാണ്. പഞ്ചസാര എന്ന് എഴുതി നക്കിനോക്കിയാൽ അതിനു മധുരമുണ്ടാകില്ല.

സകല സാമൂഹ്യ പുരോഗതിയെയും പ്രതിരോധിച്ചിട്ടുള്ള ചരിത്രമാണു മതങ്ങളുടേത്. ശാസ്ത്രത്തിനെതിരെ മതം നടത്തിയിട്ടുള്ള കുരിശുയുദ്ധങ്ങൾ കുപ്രസിദ്ധമാണ്. പക്ഷേ ശാസ്ത്രത്തിന്റെ സകലവിധ നേട്ടങ്ങളേയും അവർ പ്രയോജനപ്പെടുത്തും. ജന്മത്തിന്റെയും വംശത്തിന്റെയും നിറത്തിന്റെയും ജാതിയുടെയും പാരമ്പര്യത്തിന്റെയും പേരിൽ ജനങ്ങളെ തമ്മിൽ അകറ്റുന്നതും ജനതയെ ഇടപഴകാൻ അനുവദിക്കാത്തതും മതമല്ലാതെ മറ്റാരാണ്? മതം സാമൂഹ്യപുരോഗതിയുടെയും മനുഷ്യത്വത്തിന്റെയും ശത്രുവാണ്. അതുകൊണ്ടുതന്നെ മതം നിരാകരിക്കപ്പെട്ടേ മതിയാവൂ.

മയക്കുന്ന കറുപ്പ്.

വർഗ വിഭജിത സമൂഹത്തിലെ വൈരുധ്യങ്ങളെ നിയന്ത്രിക്കുകയെന്ന ആവശ്യകതയിൽ നിന്നാണ് ഭരണകൂടമുണ്ടായത്. സ്വാഭാവികമായും അതു ശക്തരുടെയും സമ്പന്നരുടെയും സാമൂഹ്യശക്തിയായിരിക്കും. മർദ്ദിത ജനതയെ അടിച്ചൊതുക്കാൻ അവർക്കു ലഭ്യമായ ആയുധമാണ് ആശയവാദവും അതിന്റെ ഉൽപ്പന്നമായ മതവും. ഇഹലോകത്തിലെ ദുഃഖങ്ങൾ പരലോകത്തിലെ സുഖത്തിന്റെ മുന്നോടിയാണെന്ന് മതവും വർഗാധിപത്യ ശക്തികളും ഒന്നിച്ചുനിന്ന് പ്രചരിപ്പിക്കുന്നു. ഏതു ദരിദ്രന്റെ വർഗബോധത്തെയും നിർവീര്യമാക്കുന്ന കാളകൂടമാണ് മതം.

ഇതു കണ്ടറിഞ്ഞു തന്നെയാണ് മതം മനുഷ്യനെ മയക്കുന്ന കറുപ്പും, സന്താപത്തിനെതിരായ പ്രതിഷേധവും, മർദ്ദിത ജനതയുടെ നിശ്വാസവും, ഹൃദയശൂന്യമായ ലോകത്തിന്റെ ഹൃദയവും ആണെന്ന് മാർക്സ് അടിവരയിട്ടത്.

ഇത് സ്വയം സംസാരിക്കുന്ന പ്രസ്താവനയാണെങ്കിലും അതിനെ വിശദീകരിക്കാൻ ലെനിന്റെ തന്നെ വാക്കുകൾ ഉപയോഗിക്കാം.

> "കറുപ്പ് ലഹരി വസ്തുവാണ്. ആദ്യം താൽക്കാലിക സുഖം നൽകുന്ന കറുപ്പ് പിന്നീട് മാനസികാസ്വാസ്ഥ്യവും ആത്യന്തികമായി മാനസിക തകർച്ചയും സൃഷ്ടിക്കുന്നതാണ്. ഇതേപോലെ മതം ആദ്യം സംതൃപ്തി നൽകുമെങ്കിലും പിന്നീട് നിരാശയും മാനസിക തകർച്ചയും നൽകും എന്നുറപ്പാണ്. ഇതു മതത്തിന്റെ പോസിറ്റീവ് ഗുണമല്ല, നെഗറ്റീവ്ലി പോസിറ്റീവ് ഗുണം മാത്രമാണ്." (*മതത്തെപ്പറ്റി*)

ഇത്തരമൊരു ചരിത്ര സാഹചര്യത്തിലാണ് യുക്തിവാദം മതത്തിനെതിരായ സമരം പ്രഖ്യാപിക്കുന്നത്. ഇന്ത്യൻ സാഹചര്യത്തിൽ ഈ സമരത്തെ ശരിവെക്കുന്ന മറ്റൊരു പ്രശ്നവുമുണ്ട്. അത് ജാതിവ്യവസ്ഥ തന്നെയാണ്.

ജാതിവ്യവസ്ഥയും മതവും

അപമാനവീകരണത്തിന്റെ ക്രൂരയാഥാർഥ്യമാണ് ജാതിയും ജാതിവ്യവസ്ഥയും. ഇന്ത്യയുടെയും വൈദികമതത്തിന്റെയും സവിശേഷതയാണ് അതെങ്കിലും ഇതരമതങ്ങളിലും ഇതിന്റെ സ്വാംശീകരണം നടന്നിട്ടുണ്ട്.

പരസ്പരം ഇഴുകിച്ചേരാൻ അനുവദിക്കാത്ത നിശ്ചിതവും സുസ്ഥിരവുമായ വിഭജനമോ ബോധമോ ആണ് ജാതി. ഈ ബോധത്തിന്റെ അടിത്തറയിലുള്ള സമൂർത്ത സാമൂഹ്യ വ്യവസ്ഥയാണ് ജാതിവ്യവസ്ഥ. ജന്മംകൊണ്ടു മാത്രമുള്ള അംഗത്വവും സഗോത്രവിവാഹവും പേരുകളും ചിഹ്നങ്ങളും, പാരമ്പര്യ തൊഴിൽ രീതി, അധികാരശ്രേണി, മേൽത്തരം-കീഴ്ത്തരം ഉൾപ്പിരിവുകൾ, അയിത്തം തുടങ്ങിയവയാണ് ജാതിവ്യവസ്ഥയുടെ സവിശേഷതകൾ. ഇതു വർണ്ണ വ്യവസ്ഥയല്ല. നിറ-രൂപ തരങ്ങളുടെ അടിസ്ഥാനത്തിലുള്ള വേർതിരിവു മാത്രമാണ് വർണ്ണ വ്യവസ്ഥ. അതു നാലെണ്ണം മാത്രമാണെങ്കിൽ ജാതികൾ ആയിരക്കണക്കാണ്.

ജാതി ഒരു രാഷ്ട്രീയ വ്യവസ്ഥയാണ്. കാർഷികോൽപ്പാദന പ്രക്രിയയുമായി ബന്ധപ്പെട്ട് ഭൂവുടമസ്ഥതയുമായി ഇഴുകിച്ചേർന്നാണ് അത് രൂഢമൂലമായത്. ഇതിനു ദാർശനിക പരിവേഷം നൽകിയത് ശങ്കരനാണ്. അതുകൊണ്ടുതന്നെ ജാതിയും ജാതിവ്യവസ്ഥയും മതത്തിന്റെ ഉൽപ്പന്നം കൂടിയാണ്. ജാതിയെ തകർക്കണമെങ്കിൽ തദ്വാരാ മതത്തെയും തകർക്കണമെന്ന് ഡോ. അംബേദ്കർ മുതൽ സഹോദരൻ അയ്യപ്പൻ വരെ സാക്ഷ്യപ്പെടുത്തിയത് അതുകൊണ്ടാണ്.

ഇന്ത്യയിലെ ഏതുതരം പുരോഗമനകാരിയും ജനാധിപത്യവാദിയും ജാതി വിരുദ്ധനായേ മതിയാകൂ. കാരണം ജാതി തുല്യതയെ നിഷേധിക്കുന്നു; ജനാധിപത്യത്തെ ജാത്യാധിപത്യമാക്കുന്നു; ജനതയെ അപമാനവീകരിക്കുന്നു. ഏതൊരു പുരോഗമന നടപടിയെയും തടസ്സപ്പെടുത്തുന്നതിൽ ജാത്യാധിപത്യം വഹിക്കുന്ന പങ്ക് ഗുരുതരമാണ്.

കേരളത്തിലെ നവോത്ഥാന പ്രസ്ഥാനങ്ങൾ ജാതിക്കും മതാധിപത്യങ്ങൾക്കുമെതിരായ സമരമായി മാറിയത് അതുകൊണ്ടാണ്. നവകേരള സൃഷ്ടിക്കു കാരണം തന്നെ യുക്തിവാദത്തിൽ അധിഷ്ഠിതമായ നവോത്ഥാന സമരങ്ങളായിരുന്നു.

ജാതിയുടെ പ്രതിലോമകരമായ ഈ വ്യവസ്ഥ ഇന്ത്യയിൽ ക്രിസ്ത്യൻ ഇസ്ലാം മതങ്ങളെയും ബാധിച്ചിട്ടുണ്ട്. നിരവധിയായ ക്രിസ്ത്യൻ സഭകളിലെ വൈരുധ്യങ്ങളും ദളിത് ക്രൈസ്തവ പ്രശ്നങ്ങളുമൊക്കെ വിവിധ സഭകൾക്കുള്ളിലെ സംഘർഷാത്മകതയാണ്. പ്രോട്ടസ്റ്റന്റ് സഭകളിൽ പോലും മതപരിവർത്തനം ചെയ്തു വരുന്നവന്റെ ജാതി അങ്ങനെതന്നെ നിലനിർത്തപ്പെടുന്നുണ്ട്. ജാതിക്കുള്ളിലെ ഉപജാതിവ്യവസ്ഥ ഇതുപോലെ തന്നെ ശത്രുതാപരവുമാണ്. ഇസ്ലാമിനിടയിലും ഷിയാ സുന്നി അഹമ്മദീയ മുജാഹിദ് വിഭാഗങ്ങളും പരസ്പര വൈരുധ്യങ്ങളും ആത്യന്തികമായി എത്തിച്ചേരുന്നത് ജാതീയമായ ഒരു ധ്രുവീകരണമായി ത്തന്നെയാണ്. അതായത് ജാതി വിരുദ്ധമായ നിലപാട് മതവിരുദ്ധം കൂടിയാകുന്നു എന്നതാണ് സത്യം.

മതത്തിനെതിരായ സമരം

വർഗ്ഗ സമൂഹത്തിലെ വൈരുധ്യം പരിഹരിക്കുന്നതു വഴി, മതം സൃഷ്ടിക്കപ്പെട്ട സാഹചര്യം ഉന്മൂലനം ചെയ്യപ്പെടുന്നതുവഴി മതത്തെ ഇല്ലായ്മ ചെയ്യാൻ കഴിയും. എന്നാൽ അത് അത്ര എളുപ്പമല്ല. മതവിമർശനത്തിന്റെ പ്രാധാന്യവും വളരെ വലുതാണ്. ഇന്ത്യൻ ഭൗതികവാദികൾ മേധാവിത്വപരമായ ഈശ്വരവാദത്തെ സൈദ്ധാന്തികമായി തന്നെ വിമർശിക്കുകയും തുരത്തുകയുമാണ് ചെയ്തത്.

സാമ്പത്തികാടിത്തറയുടെ മാറ്റം കൊണ്ടുമാത്രം മതപിത്തലാട്ടങ്ങളെ ഇല്ലാതാക്കാം എന്നു മാർക്സ് കരുതിയില്ല. സാമ്പത്തികാടിത്തറയെപ്പോലും നിയന്ത്രിക്കുംവിധം വളർന്ന മതശക്തികളെയും ഈശ്വരനെത്തന്നെയും എപ്രകാരം ചെറുത്തു തോൽപ്പിക്കണമെന്ന് ലെനിൻ കൃത്യമായിത്തന്നെ ചൂണ്ടിക്കാട്ടുന്നുണ്ട്.

"ആധുനിക സമൂഹം അന്ധകാരത്തിലേക്കും അജ്ഞതയിലേക്കും ശപിച്ചു തള്ളിയ കോടിക്കണക്കിനു ജനങ്ങളെ (പ്രത്യേകിച്ച് കൃഷിക്കാരെയും കൈവേലക്കാരെയും) ഈ ഇരുളിൽ നിന്നു കരകയറ്റാൻ വെറും മാർക്സിസ്റ്റു വിദ്യാഭ്യാസത്തിന്റെ നേർവരയിലൂടെ മാത്രമേ കഴിയൂ എന്നു കരുതുന്നത് ഒരു മാർക്സിസ്റ്റിനു ചെയ്യാൻ കഴിയുന്ന ഏറ്റവും വലുതും ഗൗരവമേറിയതുമായ തെറ്റായിരിക്കും. ബഹുജനങ്ങൾക്ക്

വിവിധ രൂപത്തിലുള്ള നിരീശ്വരവാദ പ്രചരണ സാഹിത്യം കൊടുക്കേണ്ട തുണ്ട്. അവരെ മതപരമായ മയക്കത്തിൽ നിന്ന് ഉണർത്താനും, അവരെ വിവിധ കോണുകളിൽ നിന്നും വിഭിന്നരീതിയിൽ ഇളക്കാനും പറ്റുന്ന വിധം അവരെ സമീപിക്കേണ്ടതുണ്ട്."

(*ഉശിരൻ ഭൗതികവാദത്തെപ്പറ്റി*) 1844–45ലെ പശ്ചാത്തലത്തിൽ നിന്നാണ് മാർക്സും എംഗൽസും മതത്തെ സമീപിച്ചതെങ്കിൽ, സോവിയറ്റു വിപ്ലവാനന്തരം 1922ലാണ് ലെനിൻ നിരീശ്വരവാദ പ്രചാരണത്തിന് ഊന്നൽ കൊടുക്കുന്നത്. അതായത് സോഷ്യലിസ്റ്റ് സാമൂഹ്യക്രമത്തിന്റെ നിലനിൽപ്പു പോലും ആശയവാദത്തിന്റെ അടിത്തറയെ പൂർണ്ണമായി തകർക്കുന്നതിലാണ് നിലകൊള്ളുന്നതെന്നർഥം.

ആഗോളവൽക്കരണത്തിലെ മതം

കേരളത്തിന്റെ വർത്തമാന സാഹചര്യം പരിശോധിച്ചാൽ മതങ്ങൾക്ക് ഫ്യൂഡൽ കാലഘട്ടത്തിലുണ്ടായിരുന്ന മേധാവിത്വം അവ ഇന്നും പുതിയ രൂപങ്ങളിൽ നിലനിർത്തുന്നതു കാണാം. കേരളത്തിന്റെ ഭൂസ്വത്തുക്കൾ, നഗരസ്വത്തുക്കൾ, വാണിജ്യ കേന്ദ്രങ്ങൾ, വിദ്യാഭ്യാസ സ്ഥാപനങ്ങൾ തുടങ്ങി സ്വത്തിന്റെ ഏതാണ്ടു ഭൂരിഭാഗവും വ്യത്യസ്ത സഭാ–മത സംഘങ്ങളുടെ കൈയിലാണ്. സാമ്പത്തിക രാഷ്ട്രീയ ഘടകങ്ങളെ പ്രത്യേകമായി നിയന്ത്രിക്കുന്ന അവസ്ഥയിലേക്ക് മതങ്ങൾ വളർന്നു കഴിഞ്ഞിരിക്കുന്നു.

ഇതിന് അവരെ പ്രാപ്തരാക്കിയത് ഒരർഥത്തിൽ ആഗോളീകരണമാണ്. സാമ്രാജ്യത്വ ആഗോളവൽക്കരണത്തെ നിലനിർത്താനുള്ള സാംസ്കാരിക അന്തരീക്ഷം സൃഷ്ടിക്കുകയും അരാഷ്ട്രീയ വാദവും അരാജകത്വവും പ്രചരിപ്പിക്കുകയും ചെയ്യുന്നത് സംഘടിത മതങ്ങളാണ്. ഇതിനായി അനിയന്ത്രിതമായ വിദേശപണമാണ് അവരിലേക്ക് ഒഴുകിയെത്തുന്നത്. മതത്തെ ശാസ്ത്രവൽക്കരിക്കാൻ ശ്രമിക്കുന്നതും, വർഗ രാഷ്ട്രീയത്തിനെതിരെ സമവായം സൃഷ്ടിക്കുന്നതും, പ്രത്യയശാസ്ത്ര വിമോചനത്തിനു ശ്രമിക്കുന്നതും മനുഷ്യദൈവങ്ങളെപ്പോലും അതിനായി ഉപയോഗിക്കുന്നതും ആഗോളവൽക്കരണത്തിന്റെ അജണ്ടയാണ്. മതപുനരുജ്ജീവനം (Revivalism) എന്ന പ്രതിവിപ്ലവ പ്രക്രിയയിലൂടെയാണ് മതം അരാഷ്ട്രീയവൽക്കരണം സാധ്യമാക്കുന്നത്. സകലവിധ അന്ധവിശ്വാസങ്ങളെയും പെരുപ്പിച്ച്, ഭക്തിയെ ഒരു വ്യവസായമാക്കി മാറ്റിത്തീർത്ത് ജനങ്ങളുടെ സമരശേഷിയെ ബന്ധിക്കുന്നതിൽ മതങ്ങൾ വിജയിച്ചു കഴിഞ്ഞിരിക്കുന്നു.

8

ഭൗതികവാദത്തിന്റെ വികാസം

മാവോ മാങ്ങയോ ആദ്യമുണ്ടായി?

ഈ ചോദ്യം തത്വശാസ്ത്രത്തെ സംബന്ധിച്ച് ആദ്യം മുതലേ ഉള്ളതാണ്. എന്തോ ക്ലിപ്തമായ പ്രശ്നമാണിതെന്ന വിധത്തിലാണ് അവതരിപ്പിക്കാറുള്ളത്. ആശയവാദവും ഭൗതികവാദവും തമ്മിലുള്ള വേർതിരിവു വ്യക്തമാക്കാൻ പറ്റിയ ഒരു ഉദാഹരണവുമാണിത്.

തത്വശാസ്ത്രത്തിൽ മുഖ്യമായി രണ്ടു പക്ഷമുണ്ട്. ആത്മാവ്/ ആശയം ആണോ മുഖ്യം, അതോ പദാർഥമോ എന്നതാണ് അടിസ്ഥാന പ്രശ്നം. ആശയപ്രപഞ്ചമാണ്, അഥവാ ഈശ്വരനാണ് മൗലിക സത്തയെന്ന് ആശയവാദികൾ പറയുന്നു. ആ ഈശ്വരനിൽ/ ആത്മീയ തയിൽ നിന്നാണ് സകല പദാർഥങ്ങളുടെയും സൃഷ്ടി എന്നും അവർ അവകാശപ്പെടുന്നു. സകലതിന്റെയും കാര്യകാരണങ്ങളും, സൃഷ്ടി സ്ഥിതി സംഹാരവുമെല്ലാം ഈ പ്രപഞ്ചാത്മാവാണ്. ഇത് ആത്യന്തിക മായി പരലോകവിശ്വാസങ്ങളിലേക്കു നയിക്കുന്നു.

ഈ പ്രപഞ്ചം തന്നെ ഭൗതികമാണെന്നും, അതിന്റെ ആദിമരൂപം കണികയാണെന്നും അതിന്റെ സംഘാതമാണ് സകലപദാർഥങ്ങളുമെന്ന് ഭൗതികവാദം സ്ഥാപിക്കുന്നു. ഇതുതന്നെയാണ് മാവോ മാങ്ങയോ ആദ്യ മെന്നതിനുള്ള ഉത്തരം. ആത്മീയവാദമനുസരിച്ച് ദൈവമാണ് സകല ചരാചരങ്ങളും സൃഷ്ടിച്ചത്. അതനുസരിച്ച് മാവായിരിക്കണം ആദ്യമുണ്ടാവുക. പരിണാമ സിദ്ധാന്തവും ജീവശാസ്ത്രവും അനുസരിച്ച് മാങ്ങയുടെ കുരുവായിരിക്കും ആദ്യമുണ്ടാവുക. അതുകൊണ്ട് മാങ്ങ തന്നെയാണ് ആദ്യമുണ്ടായത്.

ആശയവാദത്തിന്റെ പരിമിതി

ആശയപ്രപഞ്ചമാണ് പരമമുഖ്യമെന്നും ദൈവികതയാണ് ആത്യന്തിക യാഥാർഥ്യമെന്നും ആശയവാദം സമർഥിക്കാൻ ശ്രമിക്കുന്നു. പക്ഷേ ഈ ആശയാത്മകതയുടെ (Ideality) അടിത്തറ തൊട്ടു കാണിക്കാൻ വയ്യ. കാര്യകാരണവാദപരമായ യുക്തികൊണ്ടുപോലും ഇതിനെ സമർഥിക്കുക വയ്യ. ഭൗതികതയെ ആശ്രയിക്കുകയും എന്നാൽ അതിൽ നിന്ന് സ്വതന്ത്രമായ ആത്മീയതയെ വ്യവഛേദിക്കുകയും ചെയ്യുന്നതാണ് ആശയവാദം (Idealism). വസ്തുവിൽ നിന്ന് അന്യമാക്കി ആശയത്തെ അഭൗതികമാക്കുകയാണ് ഇവർ ചെയ്യുന്നത്.

കേവലമായ ജ്ഞാനത്തിൽ നിന്നുകൊണ്ട് ഓരോ പ്രതിഭാസങ്ങളെയും വ്യാഖ്യാനിക്കാൻ ശ്രമിച്ചുവെന്നതാണ് ആശയവാദത്തിന്റെ ഏറ്റവും വലിയ ദൗർബല്യം. ഓരോന്നിനും നിർണ്ണായകമോ നിയതമോ ആയ അനിവാര്യതയുണ്ടെന്ന് പ്രഖ്യാപിക്കുക മാത്രമാണത്. എല്ലാം ഒരു നിയതിയാൽ മുൻകൂട്ടി നിശ്ചയിക്കപ്പെട്ടതാണെന്ന് ധരിച്ചുവശാകുന്നു. ഇത് 'വിധി' എന്നു വ്യാപരിക്കപ്പെടുന്ന ദൈവത്തിന്റെ വിളയാട്ടമല്ലാതെ മറ്റൊന്നുമല്ല. സകലവിധ അന്ധവിശ്വാസങ്ങളുടെയും അടിത്തറ തന്നെയിതാണ്. കർമ്മഫല, പുനർജന്മ വിശ്വാസങ്ങളിലേക്കാണ് ഇത് കൊണ്ടെത്തിക്കുന്നത് (ആത്യന്തിക യാഥാർഥ്യം ആത്മാവ്/ആശയമാണെന്ന് തീവ്രമായി വാദിക്കുമ്പോഴും ഭൗതികമായ സുഖങ്ങളൊക്കെയും അനുഭവിക്കുകയും പരമാവധി സുഖഭോഗങ്ങളിൽ അഭിരമിക്കുകയുമാണ് ആത്മീയവാദികൾ ചെയ്യുന്നത്. അഥവാ പദാർഥത്തിൽ നിന്നോ ഭൗതിക യാഥാർഥ്യങ്ങളിൽ നിന്നോ അന്യമായ ഒരു അസ്തിത്വം അവർക്ക് ഇല്ല തന്നെ).

ഭൗതിക വാദത്തിന്റെ അന്തഃസത്ത

പ്രപഞ്ചം അപ്പാടെ പദാർഥനിർമ്മിതമാണ് എന്ന് ഭൗതികവാദം അടിവരയിടുന്നു. വസ്തുനിഷ്ഠതയിൽ അടിസ്ഥാനപ്പെട്ടതാണ് സകല പ്രപഞ്ച പ്രതിഭാസങ്ങളും.

എന്താണ് പദാർഥം? നിലനില്ക്കുന്നതെന്തോ അതു തന്നെയാണ് പദാർഥം. അതിന് നിരവധിയായ സവിശേഷതകളുണ്ട്.

1. പദാർഥത്തെ ഇന്ദ്രിയങ്ങൾ വഴി അറിയാം.
2. അതിന് ആദിയും അന്തവുമില്ല.
3. പദാർഥം ഒരിക്കലും നശിക്കുന്നില്ല; രൂപഭേദങ്ങൾ വരിക മാത്രമാണ് ചെയ്യുന്നത്.
4. അത് ഒരിക്കലും നിശ്ചലമല്ല, ചലനാത്മകമാണ്.
5. ഈ ചലനമാണ് പദാർഥത്തിന്റെ നിലനിൽപ്പിനു കാരണം. ഇവിടെ ചലനമെന്നത് പദാർഥത്തിലടങ്ങിയിരിക്കുന്ന ഊർജ്ജമാണ്. പദാർഥത്തിന്റെ വികാസമാണ്; കേവലം സ്ഥാനചലനം മാത്രമല്ല. ഇങ്ങനെയുള്ള പദാർഥമാണ് പ്രപഞ്ചത്തിലെ സകല പ്രതിഭാസങ്ങളും സംജാതമാക്കുന്നത്. അതുകൊണ്ടു തന്നെ പ്രപഞ്ചത്തെ വ്യാഖ്യാനിക്കാനും

തനിക്ക് അനുകൂലമാക്കിയെടുക്കാനും മനുഷ്യനു കഴിയുന്നു. ഇവിടെ ആത്മീയതയ്ക്കോ ദൈവത്തിനോ യാതൊരു പ്രസക്തിയുമില്ല. ആശയലോകം പോലും ഭൗതികലോകത്തിന്റെ പ്രതിഫലനം മാത്രമാണ്.

ബോധവും ആശയവും ഭൗതികമോ

ഇവിടെ ഉന്നയിക്കപ്പെടുന്ന ഒരു വൈരുധ്യം ബോധത്തെ സംബന്ധിച്ചാണ്. എല്ലാം ഭൗതികമാണെങ്കിൽ ചിന്തയും ബോധവും കലയുമൊക്കെ ഭൗതികമാണോ, അഥവാ പദാർഥനിർമ്മിതമാണോ എന്ന്. ബോധത്തെ ഭൗതികമായി എടുത്തു കാട്ടാനാവാത്തതിനോളം അത് ആത്മാവിന്റെ ചൈതന്യം കൊണ്ടു സൃഷ്ടിക്കപ്പെട്ടതാണെന്നായിരുന്നു ആശയവാദത്തിന്റെ കാഴ്ചപ്പാട്. അങ്ങനെ ബോധാത്മകമായ ആത്മാവാണ് ഭൗതിക ശരീരത്തെ നിയന്ത്രിക്കുന്നതെന്നും, ഇത് ആത്മാവിന്റെ ഔന്നത്യത്തിന് പറ്റിയ തെളിവാണെന്നുമാണ് ഇവർ സമർഥിക്കാൻ ശ്രമിച്ചത്.

പ്രാചീന ഭൗതികവാദികൾ അതിലളിതമായൊരു ഉദാഹരണത്തിലൂടെ ഈ വാദത്തെ പൊളിച്ചു കളഞ്ഞു. മദ്യമുണ്ടാക്കാനുപയോഗിക്കുന്ന പദാർഥങ്ങൾക്കൊന്നിനും ലഹരിയില്ല. അഥവാ ലഹരിയുണ്ടാക്കാനുള്ള ഗുണമില്ല. എന്നാൽ പ്രസ്തുത വസ്തുക്കളുടെ ചേരുവയിൽ നിന്ന് ലഹരി ഉണ്ടാകുന്നുണ്ടുതാനും. അതായത് ഭൗതികപദാർഥങ്ങളുടെ യഥാർഥമായ കൂടിച്ചേരലിൽ നിന്നാണ് ലഹരി എന്ന പ്രതിഭാസമുണ്ടാകുന്നത്. ഇത് പദാർഥനിരതം തന്നെയാണ്. അതുപോലെ ശരീരമെന്ന പദാർഥത്തിന്റെ സവിശേഷതയാണ് ബോധം. ശരീരത്തെ വിട്ട് അതിന് സ്വമേധയാ നിലനില്പില്ല തന്നെ. അതുകൊണ്ട് ബോധവും ഭൗതികം തന്നെയാണ്.

ഭൗതികവാദത്തിന്റെ ദാർശനികവും പ്രായോഗികവുമായ ഔന്നത്യം ബോധ്യപ്പെടുത്തിത്തന്നത് മാർക്സിസമാണ്. ഈശ്വരാശയത്തിന്റെ തായ്‌വേര് ദാർശനിക മണ്ഡലത്തിനും അപ്പുറത്താണെന്നും അതിന്റെ യഥാർഥ മൂല്യമെന്താണെന്നും വെളിപ്പെടുത്തിയത് മാർക്സിസ്റ്റു ദർശനമാണ്. പ്രത്യയശാസ്ത്രത്തിന്റെ പൊതുവായ ചർച്ചയുടെ സന്ദർഭത്തിൽ മാർക്സും എംഗൽസും ഇങ്ങനെ പ്രസ്താവിച്ചു:

"......... സങ്കല്പങ്ങൾ, ആശയങ്ങൾ, ബോധം എന്നിവ മനുഷ്യരുടെ ഭൗതിക പ്രവർത്തനങ്ങളുമായി, പരസ്പര ബന്ധങ്ങളുമായി, യഥാർഥ ജീവിതത്തിന്റെ ഭാഷയുമായി തുടക്കം മുതൽ തന്നെ ഒട്ടിയിണക്കപ്പെട്ടിരിക്കുന്നു. മനുഷ്യരാണ് തങ്ങളുടെ സങ്കല്പത്തിന്റെയും ആശയത്തിന്റെയും സ്രഷ്ടാക്കൾ....... മനുഷ്യ മസ്തിഷ്കത്തിലെ മങ്ങിയ പ്രതിബിംബങ്ങൾ പോലും ഭൗതികവും ആനുഭാവികവുമായി നിരീക്ഷിക്കപ്പെടാവുന്നതും ഭൗതികമായി മുൻവ്യവസ്ഥിതവുമായ അവരുടെ ജീവിതക്രമത്തിന്റെ അനിവാര്യ പ്രക്ഷേപങ്ങളാണ്. അങ്ങനെ സദാചാരം, മതം, പ്രത്യയശാസ്ത്രത്തിന്റെ മറ്റു രൂപങ്ങൾ, അവയ്ക്കനുരൂപമായ ബോധം എ

ന്നിവയ്ക്കൊന്നും ഇനിമേൽ അവയുടെ പ്രതീത സ്വാതന്ത്ര്യത്തെ നില നിർത്തുക വയ്യ. അവയ്ക്ക് സ്വതന്ത്രമായ ഒരു ചരിത്രമോ വികാസമോ ഇല്ല. മനുഷ്യർ തങ്ങളുടെ ഭൗതികമായ ഉൽപ്പാദനവും ഭൗതികമായ പര സ്പര ബോധങ്ങളും വളർത്തുന്നു; അതോടൊപ്പം അവരുടെ യാഥാർ ഥ്യം, അവരുടെ ചിന്ത, ചിന്തയുടെ ഉൽപ്പന്നം എല്ലാം മാറിക്കൊണ്ടിരിക്കും. മനുഷ്യരുടെ ബോധമല്ല അവരുടെ അസ്തിത്വത്തെ നിയന്ത്രിക്കുന്നത്; അസ്തിത്വം അവരുടെ ബോധത്തെ നിയന്ത്രിക്കുകയാണ് ചെയ്യുന്നത്."

ഭൗതികതയുടെ നേട്ടങ്ങൾ

പ്രാകൃതമനുഷ്യനിൽ നിന്ന് ആധുനിക മനുഷ്യനിലേക്കുള്ള വളർച്ച തന്നെയാണ് ഭൗതികവാദത്തിന്റെ മേന്മ. പ്രകൃതിപ്രതിഭാസങ്ങൾക്കു മു ന്നിൽ പകച്ചു നിന്ന മനുഷ്യർക്കു മുന്നിൽ മതഗ്രന്ഥങ്ങളുടെ ആധികാ രികതയുമായി ആശയവാദത്തെ സന്നിവേശിപ്പിച്ചവർ അതിനെ നിഷേ ധിക്കുന്നവരെ നിരീശ്വരവാദികളായി മുൻകൂട്ടി ആക്ഷേപിച്ചിരുന്നു. (നാ സ്തികോ വേദ നിന്ദഃ (മനു II) വേദത്തെ നിന്ദിക്കുന്നവനാണ് നാസ്തി കൻ).

'വിശപ്പ്' എന്നതൊരു വസ്തുനിഷ്ഠ യാഥാർഥ്യമാണ്. അത് കാണാ വുന്നതല്ലെങ്കിലും അനുഭവിക്കാവുന്നതാണ്. ആഹാരം കഴിക്കുമ്പോൾ അതു ശമിക്കുന്നു എന്നതിനർഥം വിശപ്പ് ഒരു ഭൗതിക യാഥാർഥ്യമാണെ ന്നാണ്. മാനസിക രോഗം എന്നതും ഒരു പ്രതിഭാസമാണ്. പക്ഷേ മരുന്നു കഴിക്കുമ്പോൾ മനോരോഗം മാറുന്നു എന്നതുകൊണ്ടു മാനസികരോഗ വും ഭൗതികം തന്നെയാണ്. ഇവ്വിധം മനുഷ്യ ജീവിതത്തിന്റെ സമസ്ത മേഖലകളിലെയും നേട്ടത്തിനു വഴിയൊരുക്കിയത് വസ്തുതാപരമായ അന്വേഷണം തന്നെയാണ്.

ശാസ്ത്രം തന്നെയാണ് ലോകത്തിന്റെ ചരിത്രത്തെ വിപ്ലവകരമാ ക്കിയത്. അതു ഭൗതികവാദത്തിന്റെ വികാസം തന്നെയാണ്. കടുത്ത ആശയവാദി പോലും പഞ്ചേന്ദ്രിയാനുഭവത്തിലേ ചിന്തിക്കുകയുള്ളൂ. അ വന്റെ ദൈവത്തിനു പോലും മനുഷ്യരൂപമാണുള്ളത്. ശാസ്ത്രം കുതി ച്ചുയർന്നു പുതിയ പന്ഥാവുകൾ തേടുമ്പോഴും അതിന്റെ എല്ലാവിധ നേട്ടങ്ങളേയും അനുഭവിച്ചുകൊണ്ട് ആയിരക്കണക്കു വർഷങ്ങൾക്കു മുമ്പത്തെ അജ്ഞേയവാദം തന്നെയാണ് ആശയവാദി മുഴക്കുന്നതും.

വൈരുധ്യാധിഷ്ഠിത ഭൗതികവാദം

ആശയവാദവും ഭൗതികവാദവും വേർതിരിഞ്ഞ് അതേപടി നിൽ ക്കുകയായിരുന്നില്ല. ആശയവാദം കുറ്റിയിൽ കെട്ടിയിട്ട പശുവിനെപ്പോ ലെയായിരുന്നെങ്കിൽ ഭൗതികവാദം അനവരതം വിപുലീകൃതമാവുകയാ യിരുന്നു. പദാർഥത്തിന്റെ ചലനസ്വഭാവത്തെപ്പറ്റിയുള്ള ഐസക് ന്യൂട്ടന്റെ കണ്ടുപിടുത്തങ്ങൾ ഭൗതികദർശനങ്ങൾക്ക് പുതിയ മാനം നൽകി.

വൈരുധ്യാത്മക ഭൗതികവാദത്തിന്റെ പ്രാരംഭം ഹെഗലിൽ നിന്നാണ്. അദ്ദേഹം പ്രപഞ്ചത്തെ മുഴുവൻ തന്നെ ആശയത്തിലധിഷ്ഠിതമായി കണ്ടു. ജർമൻ ആശയവാദത്തിലധിഷ്ഠിതമായി, ആത്മാവിന്റെ വളർച്ച ചരിത്രപരമാണ് എന്ന് അദ്ദേഹം വാദിച്ചു. ഒരു വസ്തു ഉണ്മയിലൂടെയും ഇല്ലായ്മയിലൂടെയും കടന്നുപോകുമ്പോഴേ ചലിക്കാൻ കഴിയൂ എന്നും ഇതിലൂടെ ആത്മാവ് പുതിയ രൂപങ്ങൾ പ്രാപിക്കുന്നുവെന്നും പറഞ്ഞുവെക്കാൻ ശ്രമിച്ചു. ആത്മാവിന്റെ പഴയ രൂപവും അതിന്റെ വൈരുധ്യവും തമ്മിലുള്ള ഐക്യത്തിലൂടെ അതിന്റെ പരമരൂപത്തിലേക്കു നീങ്ങുന്നുവെന്നും, പരമാത്മാവിന്റെ സാക്ഷാൽക്കാരത്തോടെ ചരിത്രം അവസാനിക്കുന്നുവെന്നും ഹെഗൽ വാദിച്ചു. മനുഷ്യനു വേണ്ടി, അവന്റെ ആശയത്തിനുവേണ്ടിയാണ് പ്രപഞ്ചം തന്നെ സൃഷ്ടിക്കപ്പെട്ടിട്ടുള്ളതെന്നു ധരിച്ചു. അങ്ങനെ മനുഷ്യനെ കേന്ദ്രീകരിച്ചുകൊണ്ടു പ്രപഞ്ചത്തെ വ്യാഖ്യാനിക്കാനാണ് ഹെഗൽ ശ്രമിച്ചത്. മറ്റൊരു വിധത്തിൽ പറഞ്ഞാൽ ചിന്തിക്കുന്ന പ്രക്രിയയാണ് യഥാർഥ ലോകത്തിന്റെ സ്രഷ്ടാവ് എന്ന് അദ്ദേഹം കരുതി. ആശയം എന്ന പേരു നൽകി ഈ പ്രക്രിയയെ അദ്ദേഹം സ്വതന്ത്രമായ ഒരു വിഷയമാക്കി മാറ്റി. ആശയത്തിന്റെ ബാഹ്യവും ഇന്ദ്രിയ ഗോചരവുമായ രൂപം മാത്രമാണ് യഥാർഥ ലോകം എന്നായിരുന്നു അദ്ദേഹത്തിന്റെ അഭിപ്രായം. ഇതിനുനേരെ എതിർത്തുകൊണ്ട് മനുഷ്യമനസിനാൽ പ്രതിഫലിപ്പിക്കപ്പെടുന്നതും ചിന്തയുടെ വിവിധ രൂപങ്ങളായി രൂപാന്തരപ്പെടുന്നതുമായ ഭൗതികലോകം ഒഴിച്ച് വേറൊന്നുമല്ല ആശയം എന്നാണ് മാർക്സ് സ്ഥാപിച്ചത്.*

വൈരുധ്യാത്മകതയുടെ പ്രശ്നവും അടിത്തറയും

'വാദപ്രതിവാദം' എന്ന അർഥമുള്ള 'ഡയലോഗ്' എന്ന ഗ്രീക്കു പദത്തിൽ നിന്നാണ് ഡയലക്ടിക്സ് (Dialectics - വൈരുധ്യാത്മക വാദം) എന്ന വാക്കിന്റെ ഉത്ഭവം. എതിരാളിയുടെ വാദത്തിലുള്ള വൈരുധ്യം പുറത്തുകൊണ്ടുവരികയും അതിനെ തരണം ചെയ്തുകൊണ്ട് സത്യത്തിലെത്തുകയും ചെയ്യുന്ന രീതിയായിട്ടാണിത് കരുതിപ്പോന്നിരുന്നത്. ചിന്തയിലെ ഈ വൈരുധ്യാത്മക സമ്പ്രദായത്തെ പിന്നീട് പ്രകൃതി പ്രതിഭാസങ്ങളിലേക്ക് സന്നിവേശിപ്പിക്കുകയാണുണ്ടായത്.

പ്രപഞ്ചത്തിലെ വൈരുധ്യം അഥവാ ദ്വന്ദ്വാത്മകത വസ്തുനിഷ്ഠമാണ്. ഇതു തന്നെയാണ് ചിന്തയിലെ വൈരുധ്യാത്മകതയ്ക്കു നിദാനം. എല്ലാ ചലനത്തിന്റെയും ഏറ്റവും പൊതുവായ നിയമങ്ങളാണ് ഡയലക്ടിക്സ്. ചിന്തയും നിലനില്പും പരസ്പരം ബന്ധപ്പെട്ടിരിക്കുന്നു. അത് രൂപപരമായി മാത്രം പോര ഭാവപരമായും വേണം. ഹെഗലുവരെയുള്ളവർ രൂപപരമായ സമീപനം മാത്രമേ പുലർത്തിയിരുന്നുള്ളൂ. അതിന്റെ

* അതുകൊണ്ടാണ് തലകുത്തി നിന്ന ഹെഗലിയൻ ഭൗതികവാദത്തെ നേരെ നിർത്തുകയാണ് മാർക്സ് ചെയ്തത് എന്നു പറയുന്നത്.

ഭാവപരമായ കാര്യത്തിനും തുല്യപ്രാധാന്യം നൽകിയത് മാർക്സും എംഗൽസുമാണ്.

ലോകത്തിന്റെ അഥവാ പദാർഥത്തിന്റെ നിലനിൽപ്പു തന്നെ വൈരുധ്യത്തിലാണ്. രണ്ടു വസ്തുക്കൾ തമ്മിലുള്ള ബന്ധം അവയുടെ വൈരുധ്യമാണ്. ഉദാഹരണത്തിന് ഒരു കാന്തത്തിന്റെ ഇരുധ്രുവങ്ങൾ തെക്കും വടക്കുമാണ്. തികച്ചും വിരുദ്ധമായ ഈ അവസ്ഥയിൽ മാത്രമേ കാന്തത്തിനു നിലനിൽപ്പുള്ളൂ. ഈ വൈരുധ്യമാകട്ടെ ഒറ്റപ്പെട്ടതോ വേർപെട്ടു നിൽക്കുന്നതോ അല്ല. പരസ്പരം ആശ്രയിച്ചും നിയന്ത്രിച്ചും നിൽക്കുന്നതാണ്. South Pole, North Pole എന്ന വിരുദ്ധതയുടെ പരസ്പരാശ്രയത്വത്തിലാണ് കാന്തത്തിന്റെ അസ്തിത്വം. അതില്ലാതെ വന്നാൽ കാന്തം എന്ന വസ്തുവിന് നിലനിൽപ്പില്ല.

ഡയലക്ടിസിനെ ഉപയോഗിച്ചുകൊണ്ടും, പദാർഥത്തിന്റെ തനതുസ്വഭാവമായ ചലനത്തെ വിശദീകരിച്ചുകൊണ്ടും, പ്രകൃതിയെ ഉരകല്ലാക്കിക്കൊണ്ടുമാണ് മാർക്സും എംഗൽസും വൈരുധ്യാധിഷ്ഠിത ഭൗതികവാദം അവതരിപ്പിച്ചത്. പദാർഥത്തിന്റെ സത്തിൽ അടങ്ങിയിട്ടുള്ള വൈരുധ്യത്തിന്റെ പഠനമാണിതെന്ന് ലെനിൻ വ്യാഖ്യാനിച്ചിട്ടുണ്ട്.

ചലനനിയമങ്ങളുടെ അടിസ്ഥാനത്തെ മാർക്സ് ഇപ്രകാരം വ്യക്തമാക്കി: "ബ്രഹ്മാണ്ഡീയ വിസ്തൃതിയിലെ ചലനം, വ്യത്യസ്ത ജ്യോതിർഗോളങ്ങളിലെ കൂടുതൽ ചെറിയ പിണ്ഡങ്ങളുടെ ചലനം, താപമോ വൈദ്യുത കാന്തിക ധാരകളോ ആയുള്ള തന്മാത്രകളുടെ ചലനം, രാസവിഘടനവും സംയോഗവും ഇത്യാദിയായ ചലനരൂപങ്ങളിൽ ഏതെങ്കിലും ഒന്നിലോ, ഒരേ സമയത്ത് പലതിലോ ആയിരിക്കും. ഓരോ പദാർഥ പരിണാമം ഓരോ നിമിഷത്തിലും (*ഡ്യൂറിങ്ങിനെതിരെ*) ചലനം വികാസമാണ്. വിപരീതങ്ങളുടെ പ്രവർത്തനം കൊണ്ടാണ് ചലനമുണ്ടാകുന്നത്. ഊർജ്ജതന്ത്രത്തിൽ ഇത് നെഗറ്റീവും (-ve) പോസിറ്റീവുമാണ് (+ve). രസതന്ത്രത്തിൽ പരമാണു സംയോജനവും വിയോജനവുമാണ്. ഗണിതശാസ്ത്രത്തിൽ കൂട്ടലും കിഴിക്കലുമാണ്. വിപരീതങ്ങളായ രണ്ടു പ്രതിഭാസങ്ങൾ/പ്രക്രിയകളാണ് ഏതൊന്നിന്റെയും അടിസ്ഥാനകാരണം. ഇതു പ്രകൃതിയെയും സമൂഹത്തെയും സംബന്ധിച്ചും കൃത്യമാണ്. തൽസംബന്ധിയായ മൂന്നു പ്രമാണങ്ങൾ വൈരുധ്യാധിഷ്ഠിത ഭൗതികവാദം സിദ്ധാന്തിക്കുന്നു.

1. വിപരീതങ്ങളുടെ ഐക്യവും സമരവും

ചലനത്തെ/മാറ്റത്തെ സംബന്ധിച്ച മൂന്നു പ്രധാന നിയമങ്ങളിൽ ഒന്നാണ് വിപരീതങ്ങളുടെ ഐക്യവും സമരവുമെന്നത്. വിപരീതമായ രണ്ടു സ്വഭാവങ്ങളോ ഘടകങ്ങളോ വിരുദ്ധ ദിശയിൽ നീങ്ങുമ്പോൾ തന്നെ അവ ഐക്യപ്പെട്ടു നിൽക്കുന്നുവെന്നതാണ് സത്യം. മുമ്പു സൂചിപ്പിച്ച കാന്തത്തിന്റെ സ്വഭാവം തന്നെ തികച്ചും വിരുദ്ധമായ അതിന്റെ ആകർഷണ വികർഷണ സ്വഭാവമാണ്. ഒരറ്റം ആകർഷിക്കുമ്പോൾ മറുവശം വികർഷിക്കുന്നു. അതാണു കാന്തത്തിന്റെ അസ്തിത്വം.

ഒരു മരം വളരുന്നു എന്നതിനർഥം മുകളിലേക്കു മാത്രമായി തായ്തടി വികസിക്കുന്നുവെന്നല്ല. അതിനനുസൃതമായി തായ്‌വേരും എതിർ ദിശയിലേക്കും വളരുന്നുണ്ട്. പരസ്പര വിരുദ്ധമായ ഈ വികാസമാണ് മരത്തെ നിലനിർത്തുന്നത്. ഒരു ജീവി ശ്വസിക്കുന്നുവെന്നതിന് അർഥം ശ്വാസം അകത്തേക്കെടുക്കൽ മാത്രമല്ല അതിനു വിപരീതമായ പുറത്തേക്കു വിടലും (ഉച്ഛ്വാസം) ഉൾപ്പെടുന്ന പ്രക്രിയയാണ്.

സാമൂഹ്യജീവിതത്തിൽ ഈ വൈരുധ്യം ഉള്ളവനും ഇല്ലാത്തവനും, തൊഴിലാളിയും മുതലാളിയും, അടിമയും ഉടമയുമെന്ന വിരുദ്ധ ധ്രുവങ്ങളാണ്. ഇവർ പലതുകൊണ്ടും വിപരീതമായിരിക്കുമ്പോൾ തന്നെ ഉല്പാദനപ്രക്രിയയിൽ ഐക്യപ്പെടുന്നുണ്ട്. ഭൗതികവാദത്തിലെ ഏറ്റവുമുയർന്ന ചിന്തയായ വൈരുധ്യാധിഷ്ഠിതവാദം ശരിയാണെന്നതിന്റെ നിദർശനമാണിത്.

2. അളവിലുള്ള മാറ്റം ഗുണത്തിൽ മാറ്റമുണ്ടാക്കുന്നു.

മാറ്റത്തിന്റെ ദ്വിതീയ നിയമമാണിത്. എന്താണ് ഗുണം? ഒന്നിനെ മറ്റൊന്നിൽ നിന്നും വേർതിരിച്ചു നിർത്തുന്ന സ്വഭാവമാണ് ഗുണം. പദാർഥത്തിന്റെ ഒരു സവിശേഷതയാണത്. പൂവിന്റെ മണവും മാങ്ങയുടെ പുളിപ്പും അതിന്റെ ഗുണമാണ്. അളവു കൂടുമ്പോൾ ഗുണം കൂടുകയോ കുറയുകയോ ചെയ്യാം.

ഉപ്പുലായനിയിൽ വെള്ളം ചേർത്താൽ അളവ് (വെള്ളത്തിന്റെ) കൂടും; ലായനിയുടെ ഗുണം കുറയും. മറിച്ച് ഉപ്പു വീണ്ടും ചേർത്താൽ അളവ് (ഉപ്പിന്റെ) കൂടും; ഗുണം കൂടും.

വെള്ളം സാധാരണ ഊഷ്മാവിലും ആവിയാകുന്നുണ്ട്. എന്നാൽ ചൂടിന്റെ അളവു കൂട്ടിയാൽ ആവിയാകൽ എളുപ്പമാകും. മറിച്ച് തണുപ്പാണ് കൂടുന്നതെങ്കിൽ വെള്ളം ഉറയുകയും ചെയ്യും. ഗുണമേറിയ വിത്ത് കൂടുതൽ വിളവു തരുന്നതിന്റെ പ്രമാണവും ഇതു തന്നെയാണ്.

സാമൂഹ്യ ജീവിതത്തിൽ തൊഴിലാളിയുടെ അധ്വാനമാണ് ഉൽപ്പാദനത്തിന്റെ തോത് വർദ്ധിപ്പിക്കുന്നത്. എണ്ണം കൂടുന്നതിനനുസരിച്ചും ഉൽപ്പാദനം കൂടും.

3. നിഷേധത്തിന്റെ നിഷേധം

ഒരു ശലഭം പിറക്കുന്നത് മുട്ടയിൽ നിന്നാണ്. ശലഭമെന്ന വികസിതാവസ്ഥ മുട്ടയെന്ന മറ്റൊരവസ്ഥയിൽ നിന്നുള്ള മാറ്റമാണ്. വിത്ത് ചെടിയാകുന്നതും അതേ ചെടിയിൽ നിന്ന് വിത്തുണ്ടാകുന്നതും ഇതേ നിയമമനുസരിച്ചു തന്നെയാണ്. ഐസ് എന്ന അവസ്ഥയെ നിലനിർത്തിക്കൊണ്ട് അതിനു ജലമാകാൻ കഴിയില്ല. ഇത് എല്ലാ അളവിലും ഗുണത്തിലുമുള്ള വികാസമാണ്. അഥവാ ഒരു അവസ്ഥയെ തള്ളിക്കളഞ്ഞുകൊണ്ടു മാത്രമേ പദാർഥത്തിന് മറ്റൊരവസ്ഥയിലേക്കു പ്രയാണം സാ

ധ്യമാവുകയുള്ളൂ. ഇതാണ് നിഷേധത്തിന്റെ നിഷേധം എന്ന ചലന സിദ്ധാന്തം.

സാമൂഹ്യചരിത്രത്തിൽ ഇത് വളരെ പ്രകടമാണ്. പ്രാകൃത കമ്യൂണിസത്തിൽ നിന്ന് ജന്മിത്വത്തിലേക്കും അതിൽ നിന്ന് മുതലാളിത്തത്തിലേക്കും അതിൽനിന്ന് സാമ്രാജ്യത്വത്തിലേക്കും വികസിക്കുന്നു.

വൈരുധ്യവാദം ആത്യന്തികസത്യമോ

മാറ്റത്തെ സംബന്ധിക്കുന്ന ഈ സിദ്ധാന്തങ്ങളെ സമന്വയിപ്പിക്കുന്ന ശാസ്ത്രീയവാദമാണ് വൈരുധ്യാധിഷ്ഠിത ഭൗതികവാദം. ഇതു വളർച്ചയുടെ പൊതു നിയമങ്ങളാണ്. പ്രവചനത്തിന്റെ ഭാഷയോ പ്രമാണമോ അല്ല. ആത്യന്തികമായ ഒരു ആശയമായിട്ടല്ല (Absolute Idea) ഇതിന്റെ വക്താക്കൾ പ്രശ്നമവതരിപ്പിക്കുന്നത്. ശാസ്ത്രത്തിന്റെയും സാമൂഹ്യശാസ്ത്രത്തിന്റെയും വളർച്ചയ്ക്കൊപ്പം പുതിയ വികാസങ്ങളുണ്ടാകുന്ന ആപേക്ഷിക സിദ്ധാന്തമാണിത്. വൈരുധ്യാധിഷ്ഠിത ഭൗതികവാദത്തെ ലെനിനും സ്റ്റാലിനും മാവോയുമൊക്കെ അവ്വിധം കാലോചിതമായി പരിഷ്കരിച്ചിട്ടുമുണ്ട്. അതുകൊണ്ടുതന്നെ ഇത് വളർച്ചയുടെയും വികാസത്തിന്റെയും സിദ്ധാന്തമാണ്. ഭൗതികവാദത്തിന്റെ ശാസ്ത്രീയമായ വിശകലനവും വിലയിരുത്തലുമാണ്.

ഇത് ഏറെ വ്യക്തമാകാൻ ചലനനിയമങ്ങളിലെ മറ്റു ചില ഘടകങ്ങൾ കൂടി വിശദീകരിക്കേണ്ടതുണ്ട്.

യാദൃച്ഛികതയും അനിവാര്യതയും

പ്രകൃതിയിലെ ചില പ്രതിഭാസങ്ങളെ ഒരു തരത്തിലും വ്യാഖ്യാനിക്കാൻ കഴിയുന്നതല്ല എന്നു പ്രകൃതി ശാസ്ത്രജ്ഞന്മാർ തന്നെ കരുതുകയും അവയെ യാദൃച്ഛികത (Chance)യായി വ്യാഖ്യാനിക്കുകയും ഒരു വിധിപോലെ അനിവാര്യതയായി (necessity) വിശദീകരിക്കുകയും ചെയ്തു. അതുകൊണ്ട് യാദൃച്ഛികതയെന്നത് വിശദീകരിക്കാനാവാത്ത ഒന്നാണെന്ന് പറഞ്ഞുവെച്ചു.

അതേ സമയംതന്നെ നിർണ്ണായക വാദികൾ (Determinists) എന്നൊരു കൂട്ടർ യാദൃച്ഛികതയെ പാടെ നിഷേധിക്കുകയും ചെയ്തു. പ്രകൃതിയിൽ നടക്കുന്നതൊക്കെ നിയതിയാണെന്ന് (വിധി/അനിവാര്യത) സമർഥിക്കാൻ ശ്രമിച്ചു. ഈച്ച പൂവിൽ വന്നിരിക്കുന്നത് ഒരു നിയതിയാണ്. അതിൽ എന്തുകൊണ്ടെന്ന ചോദ്യം ഉദിക്കുന്നില്ല എന്നതായിരുന്നു 'നിർണ്ണയവാദം.'

എന്നാൽ ഇത് തികച്ചും ആപേക്ഷികമാണ് എന്ന് വൈരുധ്യാധിഷ്ഠിതവാദം തെളിയിച്ചു. പ്ലാസ്റ്റിക് പൂവിലോ കടലാസ് പൂവിലോ ഈച്ച ചെന്നിരിക്കാറില്ല. അപ്പോൾ സാധാരണ പൂവിലെ എന്തോ ഘടകമാണ് ഈച്ചയെ ആകർഷിക്കുന്നത്. അതുകൊണ്ടു തന്നെ അതൊരു യാദൃച്ഛികതയല്ല.

വൈരുധ്യത്തിലെ വിപരീതങ്ങളാണ് യാദൃച്ഛികതയും അനിവാര്യതയുമെന്ന് എംഗൽസ് സമർഥിച്ചു. സംഭാവ്യത എന്നതുതന്നെ ആപേക്ഷികമാണ്. ഒരു നാണയം മുകളിലേക്കു ചുഴറ്റിയെറിഞ്ഞാൽ വാലോ തലയോ ആയി താഴെയെത്തും എന്നത് ഒരു യാദൃച്ഛികതയല്ല. വാല് മുകളിൽ വരും എന്നതിനർഥം തല മുകളിൽ വരില്ല എന്നു തന്നെയാണ്. അതായത് രണ്ടിൽ ഒന്നേ സംഭവിക്കൂ. സത്യാസത്യങ്ങൾക്കിടയിൽ അനിശ്ചിതത്വം ഉണ്ടെന്നു സാരം. അനിശ്ചിതത്വം നിഷേധിച്ചാൽ സത്യമായി.

ഓരോ വൈരുധ്യത്തിലും വിപരീതങ്ങൾ നിലനിൽക്കുന്നുവെന്നും, അവ പരസ്പരം ആശ്രയിച്ചു നിൽക്കുന്നവയാണെന്നും, പരസ്പരം സ്ഥാനമാറ്റം നടത്താൻ കഴിയുന്നവയാണെന്നും മാർക്സ് നിരീക്ഷിച്ചു. ഇത്തരം രണ്ടു വിപരീതങ്ങൾ മാത്രമാണ് അനിവാര്യതയും യാദൃച്ഛികതയും, ഇതിനെ സാക്ഷീകരിക്കുന്നതാണ് പരിണാമവാദം. *Origin of Species* എന്ന കൃതി ഡാർവിൻ യാദൃശ്ചികതയുടെ അതിവിപുലമായ അടിത്തറയിൽ നിന്നാണ് ആരംഭിക്കുന്നത്. യാദൃച്ഛികത അനിവാര്യതയെ തകിടം മറിച്ചുകൊണ്ടാണ് ജീവജാതി (Species) രൂപീകരിക്കപ്പെടുന്നത്. ഒരേ ജീവജാതിയിൽ വ്യത്യസ്തജീവികൾ ഉദയം ചെയ്യുന്നത് (പൂച്ചയുടെ വർഗത്തിൽ തന്നെ പുലിയുണ്ടാകുന്നത്) ഇപ്രകാരമാണ്.

ചരിത്രപരമായ ഭൗതികവാദം

ഒരു സമൂഹത്തിൽ ആശയങ്ങൾ രൂപീകരിക്കപ്പെടുന്നത് വ്യക്തിയുടെ ആഗ്രഹങ്ങളോ താൽപര്യമോ മൂലമല്ല. ഭൗതിക ഉൽപ്പാദന വിതരണ സമ്പ്രദായത്തിൽ വേരൂന്നിയിരിക്കുന്ന വസ്തുനിഷ്ഠ സാഹചര്യമാണ് ആശയങ്ങൾക്കു വഴിവെക്കുന്നത്. മാറിക്കൊണ്ടിരിക്കുന്ന സാമൂഹ്യ സാമ്പത്തിക പരിതഃസ്ഥിതികളെ അവലംബമാക്കി സമൂഹത്തെ പഠിക്കുന്ന രീതിയാണ് ചരിത്രപരമായ ഭൗതികവാദം.

എങ്ങനെയാണ് മനുഷ്യരിൽ ചിന്താഗതി രൂപപ്പെടുന്നത്. ആശയവാദികളുടെ ഭാഷയിൽ അത് ദൈവഹിതമായി പ്രവാചകരൂപത്തിലാണെത്തുന്നത്. എന്നാൽ ജീവിതരീതികളിൽ നിന്നാണ് മനുഷ്യൻ ചിന്താപദ്ധതികൾ രൂപപ്പെടുത്തുന്നത്. സാമൂഹ്യ ജീവിത പങ്കാളിത്തം, പ്രവർത്തനമേഖലകൾ എന്നിവയിൽ നിന്നുമാണ് അതു രൂപപ്പെടുത്തിയെടുക്കുന്നത്. 50 വർഷം മുമ്പ് കംപ്യൂട്ടർ എന്ന് ചിന്തിക്കാൻ പോലും മനുഷ്യന് കഴിയുമായിരുന്നില്ല.

ഇപ്രകാരം ആശയപദ്ധതികൾ രൂപീകൃതമാകുന്നതിന് (സാമൂഹ്യ വികാസം സാധ്യമാകുന്നതിന്) നിരവധിയായ കാരണങ്ങൾ/സാഹചര്യങ്ങൾ ഉണ്ട്.

1. ഭൂമിശാസ്ത്രപരമായ പരിതഃസ്ഥിതി : രാജ്യത്തിന്റെ കിടപ്പും ഭൂമിശാസ്ത്രവും പലപ്പോഴും അന്യരാജ്യങ്ങളിലെ രാഷ്ട്രീയ സാമൂഹ്യവി

നിമയത്തിനും ആഗിരണത്തിനും തടസ്സമാകാറുണ്ട്. ഓരോ രാജ്യങ്ങളിലെയും സ്വാതന്ത്ര്യസമരങ്ങളും, സാമൂഹ്യവ്യവസ്ഥകളുടെ വികാസത്തിലെ ഒരു നിർണ്ണായക ഘടകമല്ല.

2. ജനസംഖ്യയുടെ വളർച്ച : സമൂഹത്തിന്റെ ഭൗതിക ജീവിത ചുറ്റുപാടുകളിലെ ഒരു അവശ്യഘടകമാണ് ജനങ്ങൾ. ജനസംഖ്യാവർദ്ധനവ് വികാസത്തെ ത്വരിതപ്പെടുത്തുകയോ മന്ദീഭവിപ്പിക്കുകയോ ചെയ്യാം. ഇന്ത്യൻ സാമൂഹ്യവികാസത്തെ തടയുന്ന പ്രധാന ഘടകം ജനസംഖ്യാവർധനയാണെന്ന് സാമൂഹ്യശാസ്ത്രജ്ഞർ. എന്നാൽ ചൈനയെ സംബന്ധിച്ച് ഇതൊരു മുഖ്യഘടകമല്ല.

3. ജീവിതോപകരണങ്ങളുടെ സമ്പാദനം : ഭക്ഷണം, വസ്ത്രം, പാർപ്പിടം, ഉൽപ്പാദനസാമഗ്രികൾ തുടങ്ങി ജീവിതത്തിന് അത്യന്താപേക്ഷിതമായ ഭൗതിക പദാർഥങ്ങളുടെ ഉൽപാദന രീതിയാണ് സാമൂഹ്യവികാസത്തിലെ ഏറ്റവും നിർണ്ണായകമായ ഘടകം. ജനങ്ങളാണ് ഉൽപ്പാദന ശക്തികൾ. ഉൽപ്പാദന പ്രക്രിയയിലേർപ്പെടുന്ന മനുഷ്യർ തമ്മിലുള്ള ബന്ധമാണ് ഉൽപ്പാദന ബന്ധങ്ങൾ. അങ്ങനെയാകുമ്പോൾ ഉൽപ്പാദനം ഒരു സാമൂഹ്യപ്രക്രിയയാകുന്നു. ഇവയുടെ രീതിക്കനുസരിച്ചാണ് സമൂഹത്തിൽ ആശയങ്ങളും സിദ്ധാന്തങ്ങളും രാഷ്ട്രീയാഭിപ്രായങ്ങളും രൂപമെടുക്കുക. ഉൽപ്പാദന ഉപകരണങ്ങൾ പൂർണ്ണമായും ഒരു ന്യൂനപക്ഷം കൈയടക്കി വെച്ചിരുന്ന ഫ്യൂഡൽ-ജന്മി വ്യവസ്ഥയാണ് കേരളത്തിൽ നവോത്ഥാനത്തിനും കമ്യൂണിസ്റ്റ് ആശയങ്ങൾക്കും വഴിയൊരുക്കിയത്. ജീവിത രീതിയാണ് ചിന്താഗതിയെ രൂപപ്പെടുത്തുന്നത്. അമേരിക്കൻ സംസ്കാരത്തിന്റെ ഇറക്കുമതിയാണ് ആഗോളീകരണത്തിന് അനുകൂലമായ സാഹചര്യമൊരുക്കുന്നത്.

4. ചരിത്രം ജനങ്ങളിൽ നിന്ന് : ഉൽപ്പാദന ശക്തികളായ ജനങ്ങളുടെ ചരിത്രമാണ് ശാസ്ത്രീയമായ ചരിത്രം. ഉൽപ്പാദനത്തിന്റെ മാറ്റങ്ങളും വളർച്ചയും തുടങ്ങുന്നത് ഉൽപ്പാദന ശക്തികളുടെ മാറ്റങ്ങളോടും വികാസത്തോടും കൂടിയാണ്.

5. നിർദ്ദിഷ്ട സാഹചര്യങ്ങൾ : ചരിത്രപരവും സാമൂഹ്യവുമായ നിർദ്ദിഷ്ട സാഹചര്യങ്ങളാണ് ആശയങ്ങളെ രൂപപ്പെടുത്തുന്നത്. യാഥാർഥ്യങ്ങളിൽ നിന്ന് ഉയരുന്ന സിദ്ധാന്തം വ്യാഖ്യാനിക്കുകയും അതു സമൂഹത്തെ മാറ്റിത്തീർക്കുകയും ചെയ്യുന്നു. ഇതു പുതിയ പന്ഥാവുകൾ തുറക്കുന്നു.

6. മനുഷ്യൻ സമൂഹത്തിന്റെ/സാഹചര്യങ്ങളുടെ സൃഷ്ടി മാത്രമല്ല അതിന്റെ സ്രഷ്ടാവു കൂടിയാണ്.

7. ആശയവും പ്രയോഗവും തമ്മിലുള്ള ഐക്യമാണ് സാമൂഹ്യനിലനിൽപ്പിനുള്ള കാരണം.

സാമൂഹ്യവികാസത്തെ സംബന്ധിച്ചുള്ള പരമപ്രധാനമായ ഈ ദർശനങ്ങളാണ് ഭൗതികവാദത്തെ ക്രിയാത്മകമാക്കുന്നത്. അറിവിന്റെ മുഖ്യ ഉറവിടമാണിത്, പ്രവർത്തനങ്ങളുടെ വഴികാട്ടിയുമാണ്. സമൂഹത്തെ പഠിക്കാനുള്ള ഏറ്റവും ശാസ്ത്രീയമായ സാമൂഹ്യശാസ്ത്രമെന്ന നിലയിൽ ഭൂതകാലത്തെ വിശകലനം ചെയ്യാനും ഭാവിയെ സ്വരൂപിക്കാനും വൈരുധ്യാധിഷ്ഠിതവും ചരിത്രപരവുമായ ഭൗതികവാദത്തിനേ കഴിയൂ.

യുക്തിവാദം ഭൗതികവാദമാണ്. ശാസ്ത്രത്തെ സമന്വയിപ്പിക്കുന്ന പദ്ധതിയെന്ന നിലയിൽ ഭൗതികവാദത്തിന്റെ ഏറ്റവും ഉയർന്ന വൈരുധ്യാധിഷ്ഠിത ഭൗതികവാദത്തെ ഉൾക്കൊള്ളുകയും അതിന്റെ പ്രപഞ്ചവീക്ഷണം സ്വാംശീകരിക്കുകയും ചെയ്യുമ്പോഴേ അത് അർഥവത്താവുകയുള്ളൂ. അതില്ലാത്ത വാചാടോപമായ യുക്തിവാദം അചേതനമാണ്; അത് വരട്ടുവാദപരമായിരിക്കും.

9

മാർക്സിസവും യുക്തിദർശനവും

എന്താണ് മാർക്സിസം

മാർക്സും എംഗൽസും കൂടി ആവിഷ്കരിച്ച രാഷ്ട്രീയ സാമൂഹ്യ പ്രത്യയശാസ്ത്രമാണ് മാർക്സിസം. മൂന്നു ഭാഗങ്ങളാണ് ഇതിനുള്ളത്. തത്വശാസ്ത്രം, അർഥശാസ്ത്രം, ശാസ്ത്രീയ സോഷ്യലിസം. ഇതിലെ തത്വശാസ്ത്രമാണ് വൈരുധ്യാധിഷ്ഠിതവും ചരിത്രപരവുമായ ഭൗതിക വാദം. അർഥശാസ്ത്രമാകട്ടെ തികച്ചും സാമ്പത്തിക ശാസ്ത്രമാണ്. ഇവയുടെ അടിത്തറയിൽ ഉരുത്തിരിയുന്ന രാഷ്ട്രീയ വ്യവസ്ഥയാണ് ശാസ്ത്രീയ സോഷ്യലിസം അഥവാ കമ്യൂണിസം. പ്രപഞ്ചത്തെ സംബന്ധിച്ച സമഗ്രമായ വ്യാഖ്യാനവും അതിനെ മാറ്റിത്തീർക്കാനുള്ള രാഷ്ട്രീയ സാമൂഹ്യ പ്രയോഗവുമാണ് മാർക്സിസം. അതിവിപുലമായ പഠനം ആവശ്യമുള്ള ഒരു മേഖലയും ദർശനവുമാണ് ഇത്. ലെനിൻ, മാവോ തുടങ്ങിയവർ ആധുനികമായ വ്യാഖ്യാനവും പ്രായോഗിക പദ്ധതികളും ആവിഷ്കരിച്ചിട്ടുണ്ട്.

മാർക്സിസവും യുക്തിദർശനവും

ഒരർഥത്തിൽ മാർക്സിസവും യുക്തിവാദവും തമ്മിൽ താരതമ്യം ചെയ്യുന്നതിൽ അർഥമില്ല. കാരണം വ്യത്യസ്തമായ ലക്ഷ്യം മാത്രമല്ല നിലപാടുകളുമാണ് ഇവയ്ക്കുള്ളത്. മാർക്സിസം ആത്യന്തികമായി വർഗസമരത്തെയും അതിലൂടെ തൊഴിലാളിവർഗ സർവാധിപത്യത്തെയും തുടർന്ന് സോഷ്യലിസത്തെയും കമ്യൂണിസത്തെയും ലക്ഷ്യം വയ്ക്കുമ്പോൾ യുക്തിവാദത്തിന് ഇങ്ങനെയൊരു രാഷ്ട്രീയ നിലപാടേ ഇല്ല. അത് മാനവികമായ സാമൂഹ്യ സാംസ്കാരിക നിലപാടുകൾ മാത്രമാണ്

മുന്നോട്ടു വയ്ക്കുന്നത്. രണ്ടിന്റെയും അടിസ്ഥാന ദിശാബോധം വ്യത്യസ്തമാണ്.

എന്നാൽ ദാർശനികമായി വിലയിരുത്തുമ്പോൾ മാർക്സിസത്തിലെ തത്വശാസ്ത്രവുമായി അഭേദ്യമായ ബന്ധം യുക്തിബോധത്തിനുണ്ട്. ഒരു നാണയത്തിന്റെ ഇരുപുറവും പോലെയാണ് രാഷ്ട്രീയവും സാംസ്കാരികവുമായ വിഷയങ്ങൾ. തത്വശാസ്ത്രം മുന്നോട്ടുവെക്കുന്ന ഭൗതികവാദം യഥാർഥത്തിൽ അർഥവത്തായ യുക്തിവാദമല്ലാതെ മറ്റൊന്നല്ല. ഹെഗലിയൻ ആശയവാദത്തെയും, ഫോയർബാഗിന്റെ നിലപാടുകളെയും വിമർശിച്ചു കൊണ്ടാണ് വൈരുധ്യാധിഷ്ഠിതമായ ഭൗതികവാദം മാർക്സ് അവതരിപ്പിച്ചത്. വികാസത്തിന്റെ അനവരതമായ പ്രക്രിയ പ്രാപഞ്ചികാത്മാവിന്റെ പ്രയാണമായിട്ടാണ് ഹെഗൽ കാണുന്നതെങ്കിൽ, പദാർഥത്തിന്റെ ഏറ്റവും ഉയർന്ന ഉൽപ്പന്നമായിട്ടാണ് ഫോയർബാഗ് ആത്മാവിനെ കാണുന്നത്. പദാർഥമാണ് പ്രഥമവും പ്രധാനവുമെന്നു സ്ഥാപിച്ചുകൊണ്ട് ആശയവാദത്തെ തകർക്കുകയാണ് മാർക്സ് ചെയ്തത്. ഒരർഥത്തിൽ ആശയവാദത്തിനെതിരായ കറയറ്റ ഭൗതികവാദം തന്നെയാണ് യുക്തിവാദം. മാർക്സിസത്തിന്റെ രാഷ്ട്രീയവശം ഒഴിച്ചുനിർത്തിയാൽ ദാർശനികരംഗത്ത് പൊരുത്തങ്ങൾ കുറെയധികമുണ്ടെന്നു സാരം.

മാർക്സിസം സമൂഹത്തെ മാറ്റിത്തീർക്കുന്ന വിപ്ലവപ്രവർത്തനമാണെങ്കിൽ യുക്തിവാദം ആശയസമരത്തിന്റെ പ്രശ്നങ്ങളെയാണ് മുന്നോട്ടുവെക്കുന്നത്. അവ്വിധത്തിൽ വൈജാത്യങ്ങൾ വ്യക്തമാണ്. പക്ഷേ രണ്ടും പൂരകങ്ങളാണു താനും.

അടിത്തറയും മേൽക്കൂരയും

മാർക്സിസ–യുക്തിവാദ സംവാദങ്ങളിൽ എപ്പോഴും മുഴച്ചു നിൽക്കുന്ന ഒരു പ്രശ്നമാണ് അടിത്തറ മേൽക്കൂര സിദ്ധാന്തം. യഥാർഥത്തിൽ ഇതൊരു തർക്കവിഷയമല്ല. പക്ഷേ പ്രശ്നത്തെ യാന്ത്രികമായി സമീപിക്കുമ്പോൾ അങ്ങനെ തോന്നിപ്പോകാൻ ഇടയുണ്ടുതാനും.

സ്വകാര്യ സ്വത്തിലധിഷ്ഠിതമായ സാമ്പത്തികാടിത്തറയിലാണ് സാമൂഹ്യ വ്യവസ്ഥയുടെ നിലനിൽപ്പ്. അതുകൊണ്ടാണ് സോഷ്യലിസത്തിൽ സ്വകാര്യസ്വത്തില്ലാതാകുന്നതും അതു പൊതുവുടമസ്ഥതയിൽ ആകുന്നതും. വർഗവിഭജിതമായ സമൂഹത്തിൽ ഭൂമിയും ഉൽപ്പാദനോപകരണങ്ങളുമെല്ലാം തന്നെ മേലാളവർഗത്തിന്റേതാണ്. അതിനെ തകർത്തുകൊണ്ട് ഇവ പൊതുവുടമസ്ഥതയിലാക്കുകയാണ് സോഷ്യലിസത്തിന്റെ രാഷ്ട്രീയ പാഠം. ഈ തത്വത്തെ യുക്തിവാദികൾ എതിർക്കുന്നില്ല; എതിർക്കേണ്ട കാര്യവുമില്ല. കാരണം അതൊരു വിപ്ലവ രാഷ്ട്രീയ അജണ്ടയാണ്.

സ്വകാര്യസ്വത്തിനെ നിലനിർത്തുന്ന സാംസ്കാരിക മേൽക്കൂരയാണ് മതവും തൽസംബന്ധിയായ ആശയവാദവും. സോഷ്യലിസ്റ്റു

വ്യവസ്ഥ സംജാതമാകുന്നതോടെ ഈ ആശയലോകം ഇല്ലാതാകുമെന്നത് യാന്ത്രിക വാദമാണ്. ഇതു യഥാർഥത്തിൽ മാർക്സിസ്റ്റു വിരുദ്ധമാണ്.

1. ജാതിയും മതവും ഒക്കെയും മേൽക്കൂരയുടെ മാത്രം പ്രശ്നമല്ല. ഇന്ത്യയിലെ ജാതി-ജന്മി-ഫ്യൂഡലിസം എന്നത് വൈദികാധിപത്യത്തിന്റെ സൃഷ്ടിയാണ്. വൈദികാധിപത്യം സാങ്കേതികമായി മാറിയതുകൊണ്ടു മാത്രം ജാതി-ജന്മിത്വം മാറിയതുമില്ല. ഫ്യൂഡലിസത്തെ തകർത്തതുകൊണ്ട് ജാതിയും മതവും ഇല്ലാതായുമില്ല. കേരളത്തിലെങ്കിലും ജാതി വിരുദ്ധവും മതേതരവുമായ നവോത്ഥാന സമരങ്ങളാണ് ഫ്യൂഡൽ വിരുദ്ധ സമരമായി വികസിച്ചത് എന്നതുകൊണ്ടു തന്നെ മേൽക്കൂരയ്ക്കെതിരായ സമരത്തിന് അത്യധികം പ്രാധാന്യമുണ്ട്.

2. സാമ്പത്തികാടിത്തറ വികസിപ്പിക്കുന്നതിൽ മതത്തിനുള്ള പങ്ക് നിർണ്ണായകമാണ്. ഫ്യൂഡൽ ഘടനയുടെ രൂപീകരണത്തിൽ മതത്തിനു പങ്കുണ്ട്. അതിനെ തകർത്തിട്ടും, ജനാധിപത്യം സ്ഥാപിതമായിട്ടും മതം സ്വകാര്യ സ്വത്തു സംഭരിക്കുന്ന അവസ്ഥയ്ക്ക് യാതൊരു മാറ്റവും സംഭവിച്ചിട്ടില്ല എന്നു മാത്രമല്ല, ഇന്ന് അവ പുതിയ ഫ്യൂഡൽ ശക്തികളായി മാറിക്കൊണ്ടുമിരിക്കുന്നു. സാമ്പത്തികാടിത്തറയെ നിയന്ത്രിക്കുന്നതിലും നഗരസ്വത്ത്, വാണിജ്യ കേന്ദ്രങ്ങൾ എന്നിവയുടെ ആധിപത്യത്തിലും ഒക്കെ സംഘടിത മതങ്ങൾ ചെലുത്തുന്ന സ്വാധീനം ആർക്കും ബോധ്യപ്പെടുന്ന കാര്യങ്ങളാണ്. അതായത് മതം ഇന്ന് കേവലം മേൽക്കൂരയുടെ മാത്രം പ്രശ്നമായല്ല നിലനിൽക്കുന്നത്.

3. ഒരു ആത്മീയ പ്രതിഭാസം മാത്രമായി മതമോ അതിന്റെ ആശയവാദ മണ്ഡലമോ ഒതുങ്ങി നിന്നിട്ടില്ല. പള്ളിയും സമുദായവും ഈശ്വരന്റെ കാര്യം മാത്രമല്ല, രാഷ്ട്രീയം പോലും നിയന്ത്രിക്കുന്നതിൽ നിർണ്ണായക പങ്കുവഹിക്കുമ്പോൾ അതു കേവലം മേൽക്കൂരയുടെ സാംസ്കാരിക പ്രശ്നമായി ഒതുക്കിക്കാണുന്നത് പ്രത്യയശാസ്ത്ര ദാരിദ്ര്യമാണ്. വിദ്യാഭ്യാസരംഗത്തിന്റെ ഏതാണ്ടു പൂർണ്ണമായ നിയന്ത്രണവും ഇവിടെ ജാതിമത ശക്തികൾക്കാണ്, അതുവഴി പുതിയ തലമുറയെയും ജാതിമതാന്ധമാക്കുകയാണ് എന്ന പച്ചപ്പരമാർഥം മതം ഒരിക്കലും ആശയലോകത്തിന്റെ സൃഷ്ടിയല്ല എന്ന വസ്തുനിഷ്ഠ യാഥാർഥ്യത്തെത്തന്നെയാണ് വെളിവാക്കുന്നത്.

4. സാമ്പത്തികാടിത്തറയെ തകർത്ത സോഷ്യലിസ്റ്റു രാഷ്ട്രങ്ങളിൽ മതവും തജ്ജന്യ ആശയവാദവും ഇല്ലാതെയായോ? യഥാർഥത്തിൽ സോഷ്യലിസ്റ്റു സാമ്പത്തിക സാമൂഹ്യ ക്രമങ്ങളെ തകർക്കുന്നതിൽ നിർണ്ണായക പങ്കാണ് മതം വഹിച്ചതെന്നതാണ് ചരിത്രസത്യം.

5. മതത്തിനെതിരായ സമരത്തെ മാർക്സോ എംഗൽസോ ലെനിനോ തള്ളിപ്പറഞ്ഞിട്ടില്ല. അത് രാഷ്ട്രീയ-സാമ്പത്തിക സമരത്തിനു പകരമല്ലെന്ന ലളിതസത്യം ഉയർത്തിക്കാട്ടുകമാത്രമേ അവർ ചെയ്തിട്ടുള്ളു. ഉശിരൻ ഭൗതികവാദത്തിന്റെ പ്രയാണം അനിവാര്യമാണെന്നു തന്നെയാണ് അവർ അടിവരയിട്ടു പ്രഖ്യാപിച്ചിട്ടുള്ളത്.

മതത്തെ സൃഷ്ടിച്ച സാഹചര്യം

മതം സൃഷ്ടിക്കപ്പെട്ട സാഹചര്യം ഇന്നു നിലനിൽക്കുന്നില്ലെങ്കിലും മതം ശക്തമായി നിലനിൽക്കുന്നു. പ്രകൃതി ശക്തികൾക്കു മുന്നിൽ നിസ്സഹായനായി നിന്ന് കാറ്റിനെയും മഴയെയും ആരാധിക്കേണ്ടിവന്ന അവസ്ഥയല്ലല്ലോ സൈബർയുഗത്തിലെ മനുഷ്യന്റേത്. ശൂന്യാകാശത്തേക്കും അന്യഗ്രഹങ്ങളിലേക്കും പറന്നു കയറുന്ന മനുഷ്യൻ പ്രകൃതിക്കു മുന്നിൽ നിസ്സഹായനല്ല തന്നെ. അതുകൊണ്ടുതന്നെ മതത്തെ സൃഷ്ടിച്ച സാഹചര്യം പണ്ടേ മാറിപ്പോയി. മതത്തെ നിലനിർത്തിയ സാഹചര്യവും ഇന്നില്ല. ജാതി ജന്മി ഫ്യൂഡലിസം കൊഴിഞ്ഞുപോയിട്ടും മതം അതീവ ശക്തമായിത്തന്നെ നിലനിൽക്കുന്നു. ശാസ്ത്രം വികസിക്കുന്നതിനും സമൂഹം മുന്നോട്ടു പോകുന്നതിനും അനുരോധമായി മതവും അതിന്റെ രൂപഭാവങ്ങളിൽ മാറ്റം വരുത്തിക്കൊണ്ടിരിക്കുകയാണ്. ഒരർഥത്തിൽ മതം ഭരണവ്യവസ്ഥയ്ക്കുമേൽ സ്വാധീനം ചെലുത്തുന്ന നിർണ്ണായക ശക്തി തന്നെയാണ്. അപ്പോൾ സാഹചര്യം ഏതൊക്കെ മാറിയാലും മതം അതിന്റെ തന്ത്രങ്ങളിൽ മാറ്റം വരുത്തിക്കൊണ്ട് നിലനിൽക്കുന്നത്, മതത്തിനെതിരായ സമരം ശക്തിപ്പെടുത്താത്തതുകൊണ്ടു കൂടിയാണ്.

മറ്റൊരു പ്രധാന കാര്യം മതം, കേവലം വിശ്വാസമോ ആചാരമോ ആയി മാത്രം നിലനിൽക്കുന്നില്ല എന്നതാണ്. വ്യക്തിയുടെയും സമൂഹത്തിന്റെയും സർവ്വതോമുഖമായ മണ്ഡലങ്ങളിലും അവയുടെ വലക്കണ്ണികൾ വിരിച്ചു കഴിഞ്ഞിട്ടുണ്ട്. സാമുദായിക ആവശ്യങ്ങൾ മാത്രമല്ല, വിദ്യാഭ്യാസം, ആതുരശുശ്രൂഷ, തൊഴിൽ തുടങ്ങിയ സാമ്പത്തിക മണ്ഡലങ്ങളിലേക്കു കൂടി വ്യാപരിച്ചു കിടക്കുന്നതാണ് മതത്തിന്റെ സാമ്രാജ്യം. മാത്രമല്ല വർഗീയതയെന്ന ഉപായത്തിലൂടെ വൈകാരികമായി ഏറെ സംഘടിതവുമാണ് മതങ്ങൾ.

ഇതാണ് സാമൂഹ്യ യാഥാർഥ്യമെന്നിരിക്കെ മതത്തെ സൃഷ്ടിച്ച സാഹചര്യത്തിന്റെ ഇന്നത്തെ പ്രസക്തിയെന്താണ്? മതം ഇന്ന് ഫാസിസമായി അധിനിവേശം നടത്തുകയും ആഗോളവൽക്കരണത്തിന്റെ ശക്തമായ ഉപാധിയായി നിലനിൽക്കുകയും ചെയ്യുമ്പോൾ മതത്തിനെതിരായ സമരത്തിന് പുതിയ ദിശാബോധമുണ്ടാക്കുകയാണു വേണ്ടത്. സൈദ്ധാന്തിക മാർക്സിസം ഇതിനെ ശരിവെക്കുകയാണ് ചെയ്യുന്നത്. മാർക്സിസ്റ്റുകൾക്കും യുക്തിവാദികൾക്കുമിടയിൽ യോജിപ്പിന്റെ മേഖലകൾ ദുർബ്ബലമാകേണ്ടതില്ല. ഇതിനർഥം കമ്യൂണിസ്റ്റു പാർട്ടികൾ മതവിരുദ്ധ സമരത്തിനു നേതൃത്വം കൊടുക്കണമെന്നല്ല. കമ്യൂണിസ്റ്റു പാർട്ടികളിലേക്കു വരുന്നവരുടെ മതമേലങ്കികൾ നിർബന്ധപൂർവ്വം അഴിച്ചു വെപ്പിക്കണമെന്നുമല്ല. എന്നാൽ വൈരുദ്ധ്യാത്മക ഭൗതികവാദത്തിന്റെ ശക്തിപ്പെടൽ ശാസ്ത്രീയചിന്തയ്ക്കു സഹായകമാകുമെന്നുറപ്പാണ്. കമ്യൂണിസ്റ്റുകാരും മറ്റു പുരോഗമനശക്തികളുമാണ് അതിനു നേതൃത്വം കൊടുക്കുകയെന്ന കാര്യം പ്രത്യേകം പറയേണ്ടതില്ല.

10

യുക്തിദർശനത്തിന്റെ ചരിത്രം

പ്രകൃതിയോടു മല്ലിട്ടു വളർന്നതിലൂടെ കരുപ്പിടിപ്പിക്കപ്പെട്ടതാണ് ദർശനം. ശാരീരികവും മാനസികവുമായ വളർച്ചയ്ക്കനുസരിച്ചും ചിന്തയിലുണ്ടായ വികാസവും ജീവിതസമരവും അറിവിന്റെയും യുക്തിയുടെയും ചക്രവാളങ്ങളെ വികസിപ്പിച്ചു. യുക്തികൊണ്ട് ബുദ്ധിയെ വിക്ഷോഭിപ്പിച്ചാണ് അവന് അനുയോജ്യമായ ജീവിത പരിതഃസ്ഥിതികൾ വികസിപ്പിച്ചെടുത്തത്. അതുകൊണ്ട് യുക്തിചിന്തക്ക് മനുഷ്യചരിത്രത്തോളം തന്നെ പഴക്കമുണ്ട്. ആസ്തികത രൂപപ്പെട്ടതെന്നാണോ അന്നു മുതൽ നാസ്തികതയുമുണ്ട്. ചിന്ത രൂപപ്പെട്ടപ്പോൾ മുതൽ തന്നെ യുക്തിചിന്തയുമുണ്ട്. ഒരു ദർശനമെന്ന നിലയിൽ യുക്തിവാദം രൂപപ്പെടുന്നത് ഗ്രീസിൽ ഡെമോക്രിറ്റസ്, അരിസ്റ്റോട്ടിൽ, സോക്രട്ടീസ് എന്നിവരുടെയും ഭാരതത്തിൽ ചാർവ്വാകൻ, കണാദൻ, കപിലൻ, ബുദ്ധൻ ചൈനയിൽ ലാവോസെ, കൺഫ്യൂഷ്യസ് എന്നിവരുടെയും ഇടപെടലുകളിലൂടെയാണ്.

പ്രാചീനഘട്ടം

പൗരാണിക ദർശനങ്ങളിലെല്ലാം തന്നെ യുക്തിചിന്തയുമുണ്ട്. പൈഥഗോറസിന്റെ (ബി സി 582–497) സുപ്രസിദ്ധമായ ക്ഷേത്രഗണിത സിദ്ധാന്തം (ഒരു മട്ടത്രികോണത്തിന്റെ ഹൈപ്പോടെന്യൂസിന്മേൽ വരച്ചുണ്ടാക്കുന്ന സമചതുരം, വശങ്ങളുടെ സമചതുരങ്ങളുടെ ആകെയളവിനു തുല്യമാണ്) ആത്യന്തികമായ അർഥത്തിൽ യാഥാർഥ്യം സന്തുലിതമാണെന്ന പ്രഖ്യാപനമായിരുന്നു. അതു യുക്തിചിന്തയായിരുന്നു. എല്ലാം എണ്ണത്തിന്റെ കളിയാണ്/ഗണിതത്തിന്റെ അടിസ്ഥാനത്തിലാണ് എന്നു പ്രഖ്യാപിച്ച പ്ലേറ്റോയും (ബി സി 427–347) ഇതു ശരിവെച്ചു. അറിവു

നേടുന്നതിൽ അനുഭവത്തെക്കാൾ സഹജാവബോധത്തിന് പ്രാധാന്യമുണ്ടെന്ന് സിദ്ധാന്തിച്ച പ്ലേറ്റോ, ജ്യാമിതി അറിയാത്തവരോടു കലഹിക്കുകയുണ്ടായി. അദ്ദേഹത്തെ സംബന്ധിച്ച് ആശയങ്ങൾ ക്രമാനുഗതികവും പരസ്പര ബന്ധിതവും സുഗ്രാഹ്യവും സ്ഥായീഭാവമുള്ളതുമാണ്.

യുക്തിചിന്തയെ കുറെക്കൂടി വികസിപ്പിച്ച അരിസ്റ്റോട്ടിലാണ് (ബി സി 384–322) സാവയവ യുക്തിവാദം (syllogical logic) എന്ന സിദ്ധാന്തമാവിഷ്കരിച്ചത്. പൊതുതത്വങ്ങളിൽ ഉൾപ്പെടുത്തിക്കൊണ്ട് പ്രത്യേക വസ്തുക്കളെ വിശദീകരിക്കുന്ന രീതിയാണിത്. ഇന്നയാൾ മരിക്കും എന്നു പറയുന്നത് എല്ലാ മനുഷ്യർക്കും മരണമുണ്ട് എന്ന തത്വത്തിന്റെയടിസ്ഥാനത്തിലാണ്; അത് അനുഭവമാണ്.

സ്വതന്ത്രചിന്തയുടെ മറ്റൊരു ദീപസ്തംഭമായിരുന്നു എപികൃൂറസ്. (ബി സി 341 – 270) പ്രപഞ്ചം അണ്വാത്മകവും വസ്തുസംഘാതവും അന്തരീക്ഷം കൂടിച്ചേർന്നതും അനന്തവുമാണ്. ശരീരം/വസ്തു ഒന്നുകിൽ യോഗങ്ങളോ (compounds) അല്ലെങ്കിൽ യോഗങ്ങളായി പരിണമിക്കുന്ന മൂലകങ്ങളോ (elements) ആണെന്നും ശൂന്യതയിൽ നിന്ന് ഒന്നും ഉണ്ടാകുന്നില്ലെന്നും, പ്രപഞ്ച പ്രവർത്തനത്തിന് പ്രപഞ്ചബാഹ്യമായ യാതൊരു ശക്തിയും ആവശ്യമില്ലെന്നും, മരണാനന്തരം ജീവിതമില്ലെന്നും എപികൃൂറസ് പ്രഖ്യാപിച്ചു. പ്രത്യക്ഷജ്ഞാനത്തെ മാത്രം പ്രമാണമാക്കിയ ഇദ്ദേഹം ബോധപൂർവമായ ഒരു നിയമകശക്തിയെ അംഗീകരിച്ചില്ല.

സമരാത്മക യുക്തിചിന്ത

ഫ്യൂഡലിസത്തിനും കത്തോലിക്കാ മതഭീകരതയ്ക്കുമെതിരെ ആഞ്ഞടിച്ച നവോത്ഥാനം ഫലത്തിൽ യുക്തിവാദത്തിന്റെ സമരഘട്ടം തന്നെയായിരുന്നു. ഫ്ളോറൻസിൽ ഉൽഘാടനം ചെയ്യപ്പെട്ട നവോത്ഥാനം വ്യവസ്ഥാപിത കലാശാസ്ത്ര ചിന്താപദ്ധതികളെ അട്ടിമറിക്കുകതന്നെ ചെയ്തു. കൈകൊണ്ടല്ല, തലകൊണ്ടാണ് ചിത്രമെഴുതുന്നതെന്നും പ്രഖ്യാപിച്ച മൈക്കലാഞ്ജലോയും, ചിന്താശൂന്യരായ മനുഷ്യരെ തീറ്റപ്പണ്ടാരങ്ങളെന്നു വിളിച്ച ഡാവിഞ്ചിയും കലാരംഗത്ത് നവീനതയുടെ രൂപമായിരുന്ന റാഫേലും ഒക്കെ തങ്ങളുടെ സൃഷ്ടികളിലൂടെ മാനവികതയുടെ പുത്തനാശയങ്ങൾ അവതരിപ്പിച്ചു.

ഭൂമിയെ മാത്രമല്ല, ചിന്തയെവരെ ഭരിച്ചിരുന്ന സഭയ്ക്കും അതിന്റെ കിരാത നീതിക്കുമെതിരെ സഭയ്ക്കുള്ളിൽ നിന്നും പുറത്തുനിന്നും മാനവികതയുടെ പ്രത്യയശാസ്ത്ര കുന്തമുനകളുയർത്തപ്പെട്ടു. മാർട്ടിൻ ലൂഥർ (1463–1536), ഹാൾഡ്രിക് സ്വിംഗ്ളി (1484 – 1531) ജോൺ കാൽവീൻ (1509–1564) തുടങ്ങിയവർ മതത്തിനുള്ളിൽ നിന്നുകൊണ്ടുതന്നെ പ്രക്ഷോഭമുയർത്തി. കാൽവിനിസം പ്രബലമാകുകയും വിവിധ രൂപങ്ങളിൽ, ഫ്രാൻസിൽ 'ഹ്യൂഗ്നോട്ടുകളാ'യും, സ്കോട്ലന്റിൽ 'പ്രിസ്ബെറ്ററീയന്മാരാ'യും, ഇംഗ്ലണ്ടിൽ 'പ്യൂരിറ്റന്മാരായും' സഭയെ ചോദ്യം ചെയ്തു.

സഭ ഇംഗ്ലണ്ടിൽ പ്രൊട്ടസ്റ്റന്റുകാർക്കെതിരെ നടത്തിയ കലാപത്തെത്തുടർന്ന് അമേരിക്കയിലേക്കു കുടിയേറിയവരിലേറെയും കാൽവിനിസ്റ്റുകളായിരുന്നു.

രാജാവിന്റെ തലയറുത്തുകൊണ്ടും കത്തോലിക്കരുടെ വിശേഷാധികാരങ്ങൾ എടുത്തുകളഞ്ഞുകൊണ്ടും ഒലിവർ ക്രോംവെൽ നടത്തിയ ബൂർഷ്വാജനാധിപത്യവിപ്ലവം (1642–1649) സഭയ്ക്കെതിരായ അതിശക്തമായ ബഹുജനരോഷപ്രകടനം കൂടിയായിരുന്നു. യുക്തിചിന്തയെ അത്യധികം പ്രോത്സാഹിപ്പിച്ച മറ്റൊരു ചരിത്രസംഭവം വ്യാവസായിക വിപ്ലവമായിരുന്നു. വൈദ്യുതിയുടെയും യന്ത്രങ്ങളുടെയും കണ്ടെത്തലോടുകൂടി, മനുഷ്യാദ്ധ്വാനത്തിലും ഉൽപ്പാദനത്തിലുമുണ്ടായ വികാസം സമൃദ്ധിയുടെ പുതിയ ലോകം തുറന്നതോടെ 'ദൈവ'ത്തിന്റെ നില പരുങ്ങലിലായി.

നവോത്ഥാനത്തോടുകൂടി ശാസ്ത്രരംഗത്തുണ്ടായ വിസ്ഫോടനങ്ങൾ സഭ കെട്ടിപ്പൊക്കിയ ചീട്ടുകൊട്ടാരങ്ങളെ തച്ചുതകർത്തുകളഞ്ഞു. ടോളമിയുടെ ഭൂകേന്ദ്രീകൃത (geometric) പ്രപഞ്ച സങ്കൽപ്പത്തിനു പകരം സൂര്യകേന്ദ്രീകൃത (Heliogentric) പ്രപഞ്ചസിദ്ധാന്തമവതരിപ്പിച്ച കോപ്പർനിക്കസും (1473–1543) ഭൂമി കറങ്ങിക്കൊണ്ടിരിക്കുന്നുവെന്നു തെളിയിച്ച ഗലീലിയോ ഗലീലിയും (15–04–1642) സഭയുടെ ഉൽപ്പത്തിക്കഥകളെ ചോദ്യംചെയ്തുകൊണ്ട് ശാസ്ത്രത്തിനും യുക്തിചിന്തയ്ക്കും പുതിയ മാനം പ്രദാനം ചെയ്തു. ജോർദാനോ ബ്രൂണോ (1548 – 1600) സൗരയൂഥ സിദ്ധാന്തം അവതരിപ്പിക്കുകയും സ്വതന്ത്രചിന്തയുടെ ചക്രവാളങ്ങളെ വികസിപ്പിക്കുകയും സഭയ്ക്കെതിരായ ദാർശനിക പദ്ധതികൾ അവതരിപ്പിക്കുകയും ചെയ്തുകൊണ്ട് യുക്തിവാദത്തിന്റെ രക്തസാക്ഷിയായി മാറി. മതനിന്ദക്കുറ്റം ചുമത്തി ഏഴുവർഷത്തെ ഏകാന്ത തടവിനു വിധേയനാക്കി. അവസാനം വത്തിക്കാനിലെ കാംപൊഡിഫ്ളോറിയെന്ന പൊതുസ്ഥലത്ത് വധയൂപത്തിൽ ബന്ധിച്ച് ജീവനോടെ ചുട്ടെരിച്ചു. (1600 ഫെബ്രുവരി 17) ജീവനോടെ ദഹിച്ച അദ്ദേഹത്തിനു നേരെ ക്രൂശിതരൂപം നീട്ടിക്കാണിച്ചെങ്കിലും അർഹിക്കുന്ന അവജ്ഞയോടെ അതു തള്ളിക്കളയുകയായിരുന്നു ഈ മഹാപുരുഷൻ.

ദാർശനിക പെരുമ

നവോത്ഥാനത്തിന്റെ പുഷ്കലഘട്ടം സംഭാവന ചെയ്ത ദാർശനിക യുക്തിവാദിയായിരുന്നു റെനെ ദെക്കാർത്തെ (1590–1650). ഒരു ഗണിതശാസ്ത്രജ്ഞനായിരുന്ന അദ്ദേഹം തത്വചിന്ത ഗണിതശാസ്ത്രം പോലെ കണിശവും വ്യക്തവുമായിരിക്കണമെന്നു നിഷ്കർഷിച്ചു. സംശയിക്കുകയും ചോദ്യം ചെയ്യുകയും വഴിയേ സത്യത്തിലെത്താനാകൂ എന്നു സിദ്ധാന്തിച്ചു. 'ഞാൻ ചിന്തിക്കുന്നു, അതുകൊണ്ട് ഞാനുണ്ട്' എന്നു കേവല സത്യത്തെ വ്യാഖ്യാനിച്ചു. കേൾക്കുംപടി വിശ്വസിക്കാതെ വീണ്ടു

വിചാരം ചെയ്യണമെന്നും വ്യക്തമായ ധാരണകൾ ഉണ്ടാകണമെങ്കിൽ അനുഭവത്തെമാത്രം ആശ്രയിച്ചാൽ പോര, സങ്കൽപ്പനപരമായ സമീപനം വേണമെന്നും അദ്ദേഹം സിദ്ധാന്തിച്ചു. (മൂന്ന് എന്നു പറഞ്ഞാൽ രണ്ടിൽ കൂടുതലും നാലിൽ താഴെയുമാണെന്നു പറയാനുള്ള കഴിവാണ് സങ്കൽപ്പനപരമായ/ബുദ്ധിപരമായ കഴിവ്) യുക്തിപരതയുടെ അധീശത്വത്തെപ്പറ്റി വാചാലമായ ദെക്കാർത്തയുടെ ദാർശനികത 'കാർട്ടീസിയൻ ചിന്ത' എന്ന് അറിയപ്പെട്ടു. മാനവസത്തയെപ്പറ്റിയുള്ള ഈ സമീപനമാണ് ഫ്രഞ്ചുവിപ്ലവമടക്കമുള്ളവയുടെ ചാലകശക്തിയായി മാറിയത്.

യുക്തിയുടെ യുഗം (Age of Reason) എന്നു വിശേഷിപ്പിക്കപ്പെട്ട ഈ ഘട്ടത്തിലാണ് റോബർട് ഓവനും സാജ് സിമോണും ഫ്യൂരിയേയുമൊക്കെ തങ്ങളുടെ സോഷ്യലിസ്റ്റ് സ്വപ്നങ്ങൾ യാഥാർഥ്യമാക്കാൻ ശ്രമിച്ചത്. ഓവനാകട്ടെ സഹകരണപ്രസ്ഥാനത്തിലൂടെ, തൊഴിലാളികളുടെ കൂട്ടായ്മയിലൂടെ 'ഓരോരുത്തരും എല്ലാവർക്കും വേണ്ടി, എല്ലാവരും ഓരോരുത്തർക്കും വേണ്ടി' (each for all and all for each) എന്ന സഹകരണതത്വം പ്രായോഗികമാക്കാൻ ശ്രമിച്ചു.

യുക്തിയുഗത്തിലെത്തിയ മറ്റു ദർശനങ്ങളായിരുന്നു പോസിറ്റീവിസവും ജ്ഞാനവിശ്ലേഷണവും. അഗസ്തെ കോംതെയുടെ പോസിറ്റീവിസം, മനുഷ്യ ഇന്ദ്രിയങ്ങൾക്ക് ബാഹ്യമായ ഒരു യാഥാർഥ്യമുണ്ടെന്നും അതു കണ്ടെത്തുകയാണ് ശാസ്ത്രത്തിന്റെ കടമയെന്നും വാദിച്ചു. മൗനം കൊണ്ടും, ഉൾവിളികൊണ്ടും ശാസ്ത്രഗവേഷണം നടക്കുകയില്ലെന്നും, നിരീക്ഷണം, അനുമാനം, പരീക്ഷണം, സമാഹാരം, നിഗമനം എന്നീ രീതികളാണ് അവലംബമെന്നും ഇവർ വാദിച്ചു.

യാഥാർഥ്യം വസ്തുനിഷ്ഠമായിരുന്നാലും ജ്ഞാനസമ്പാദനത്തിന്റെ മാർഗങ്ങൾ തെറ്റാണെങ്കിൽ യാഥാർഥ്യത്തെക്കുറിച്ചുള്ള അറിവും തെറ്റായിരിക്കുമെന്നും ജ്ഞാനസംശ്ലേഷണ വാദികളായ ജർമ്മൻ ദാർശനികർ വിശദീകരിച്ചു. മനസ്സാണോ ശരീരമാണോ പ്രധാനം എന്ന ചിന്തയാണ് ആത്യന്തികമായി ഇത്തരം ചിന്തകരൊക്കെ അവതരിപ്പിച്ചത്.

യുക്തിയുഗത്തെ വികസിപ്പിച്ച മറ്റു ദാർശനികരായിരുന്നു ബനഡിക്റ്റ് സ്പിനോസയും (1632–77) ജി ഡബ്ല്യു ലിബ്നീസും (1636–1716) എബി മെസ്‌ലിയറും (1664–1729) മറ്റും. പ്രപഞ്ചം നിലനിൽക്കുന്നുവെന്നതാണ് പ്രധാനം; അതിന്റെ സാരാംശമാണ് സത്ത; ഈ സത്തയെപ്പറ്റി സ്പിനോസ *എത്തിക്സ്* എന്ന ഗ്രന്ഥം രചിച്ചു. ഒരു ചോദ്യത്തിന് രണ്ടോ അതിലധികമോ ഉത്തരം ഉണ്ടാകാമെങ്കിലും ശരി ഒന്നേ ഉണ്ടാകൂ എന്നു ലിബ്നിസ് വിശദീകരിച്ചു. ഫ്രാൻസിലെ ഒരു പാതിരിയായിരുന്ന മെസ്‌ലിയൻ മതാധിപത്യത്തോടും ഭരണകൂടത്തോടും കലഹിച്ചുകൊണ്ടാണ് മാനവികതയുടെ പുതിയ കണ്ടെത്തലുകൾ നടത്തിയത്. ഇന്നത്തെ യുക്തിവാദത്തിന്റെ വികാസ ചക്രവാളത്തിലെത്തിയെങ്കിലും അതിന്റെ ദാർശനിക അടിത്തറ പാകുന്നതിൽ ഇവർ വിജയം കണ്ടു.

ചരിത്രത്തിൽ രക്താഭിഷേകം നടത്തിയ ഫ്രഞ്ചുവിപ്ലവം മതാധിപത്യ മർദ്ദകസംവിധാനങ്ങൾക്കെതിരായ ബഹുജനപ്രക്ഷോഭമായിരുന്നു. ഇതിന്റെ പ്രോദ്ഘാടകരായിരുന്ന വോൾട്ടയർ, റൂസ്സോ, മൊണ്ടെസ്ക്യൂ, ദിദറോ, ക്വെനെ, ടർഗോ തുടങ്ങിയവർ യുക്തിദർശനത്തിന് വമ്പിച്ച സംഭാവനകൾ നൽകി. (ക്വെനെ, ടർഗോ തുടങ്ങിയവരെ 'ഫിസിയോക്രാറ്റുകൾ' എന്നു വിളിക്കുന്നു) സ്വാതന്ത്ര്യം, സമത്വം, സാഹോദര്യം എന്ന ലോകോത്തര മുദ്രാവാക്യം സംഭാവന ചെയ്തത് വോൾട്ടയറും റൂസ്സോയുമാണ്. മതം സ്നേഹമാണെന്നു കപടപ്രസംഗം നടത്തുന്നവർ അറിയേണ്ടത് സമത്വമെന്നും സാഹോദര്യമെന്നും ലോകത്തോടാദ്യം പ്രഖ്യാപിച്ചത് പതിനെട്ടാം നൂറ്റാണ്ടിലെ ഈ യുക്തിവാദികൾ ആയിരുന്നുവെന്നതാണ്. വിശ്വാസത്തെക്കാൾ യുക്തിപരതയ്ക്കും ശാസ്ത്രബോധത്തിനും പ്രാധാന്യം നൽകുകയും ആദർശ മനുഷ്യ സമുദായത്തെ ലക്ഷ്യംവെച്ച്, സത്യം, നന്മ, സൗന്ദര്യം എന്നിവയെപ്പറ്റി അന്വേഷിക്കലാണ് തത്വചിന്തയെന്നും ഇവർ പ്രഖ്യാപിച്ചു. ദൈവത്തോട് അൽപ്പസ്വൽപ്പം അലിവുതോന്നിയാലും മതത്തോട് യാതൊരുവിധ നീക്കുപോക്കും പാടില്ല എന്നു ശഠിച്ച ഇവർ യുക്തിവാദത്തിന്റെ വിപ്ലവബോധത്തെത്തന്നെ ഉയർത്തിപ്പിടിച്ചു. മതം മനുഷ്യവിരുദ്ധമാണെന്നു തുറന്നടിച്ച ഈ ചരിത്രഘട്ടം മതാധിപതികളെ 'ഗില്ലറ്റിൻ' ചെയ്ത് അവരുടെ സ്വത്തുക്കൾ ദരിദ്രർക്കു വിതരണം ചെയ്തു.

ശാസ്ത്രീയ യുക്തിവാദം

ഇമ്മാനുവൽ കാന്റ് (1724–1804) യുക്തിചിന്തയുടെ പ്രഗത്ഭനായ മറ്റൊരു വക്താവായിരുന്നു. യുക്തിവാദവും ഗണിതശാസ്ത്രവും മനുഷ്യമനസ്സിൽ സ്ഥിതിചെയ്യുന്നതുകൊണ്ടാണ് അനുഭവത്തിന്റെ പരിധിക്കുപുറത്ത് അറിവിനെ സംസ്കരിക്കാൻ കഴിയുന്നതെന്ന് കാന്റ് വ്യാഖ്യാനിച്ചു. സദാചാരത്തിനും ധാർമ്മികതയ്ക്കും കാരണം യുക്തിചിന്തയാണ്; കാര്യകാരണ വിവേചനത്തിനു പ്രാധാന്യം കൊടുത്താലേ ശരിയിലേക്ക് എത്തിച്ചേരാനാവൂ; ബുദ്ധിപരമായ വിശകലനത്തിലൂടെ ഉൾപ്പൊരുത്തം നോക്കുകയാണ് ന്യായാന്യായത കണ്ടെത്താനുള്ള ഏറ്റവും നല്ല മാർഗം എന്ന് തുടങ്ങിയ സിദ്ധാന്തങ്ങൾ കാന്റ് വിശദീകരിച്ചു. ഇതിന്റെ കുറെക്കൂടി ആധികാരികമായ വ്യാഖ്യാനമായിരുന്നു സി ഡബ്ല്യു എഫ് ഹെഗലിന്റേത് (1770–1831). അറിയാൻ പാടില്ലാത്ത ഒന്നിനെക്കുറിച്ച് ആലോചിക്കുന്നതുതന്നെ അതിനെ അറിവിന്റെ പരിധിയിൽ പെടുത്തലാണെന്നും, യുക്തിവാദം അസാധുവാക്കുന്ന ഒരു മേഖലയെപ്പറ്റി സംസാരിക്കുന്നതുതന്നെ നിരർഥകമാണെന്നും, 'എന്തുകൊണ്ട്' എന്നു ചോദിക്കുന്നതുതന്നെ അതിനു വ്യക്തമായ ഉത്തരം ഉള്ളതുകൊണ്ടാണെന്നും, യാഥാർഥ്യത്തിനു യുക്തിയുണ്ടെന്നും യുക്തിക്കു യാഥാർഥ്യമുണ്ടെന്നും ഹെഗൽ വ്യക്തമാക്കി. ഹെഗലിനെ തുടർന്ന് സ്ട്രാറ്റസ് (1808–1874) ഹെഗലിയൻ

വക്താവായ ഫോയർബാഗ് (1804–1874) തുടങ്ങിയവരും ഭൗതികവാദത്തിനു ഗണ്യമായ സംഭാവന നൽകി.

മതാധിപത്യ പ്രമാണങ്ങൾക്ക് കനത്ത പ്രഹരമേൽപ്പിച്ചത് ചാൾസ് ഡാർവിനാണ് (1809–1882) 1859–ൽ പ്രസിദ്ധീകരിച്ച *ജീവിവർഗങ്ങളുടെ ഉൽപ്പത്തി* മതം കെട്ടിപ്പൊക്കിയ 'സൃഷ്ടിവാദ'ത്തിന്റെ അടിത്തറയിളക്കി. *പരിണാമസിദ്ധാന്തം* വിശ്വാസപ്രമാണങ്ങളെ കീഴ്മേൽ മറിച്ചു. തുടർന്ന് നീഷേ ദൈവത്തിന്റെ മരണം പ്രഖ്യാപിക്കുകയും യുക്തിയുടെ നവയുഗം പിറക്കുകയും ചെയ്തു. ഇംഗർസോൾ ബൗദ്ധികരംഗത്തു നടത്തിയ വിക്ഷോഭം വിവരണാതീതമായ അലയൊലികൾ സൃഷ്ടിച്ചു. ജോൺ സ്റ്റുവർട്മിൽ, തോമസ് ഹക്സിലി, ജോർജ് എലിയറ്റ്, സ്വീൻബേൺ, ചാൾസ് ബ്രാഡ്‌ല, മേരിസ്റ്റോപ്സ് തുടങ്ങിയവർ ഇംഗർസോളിന്റെ സ്വതന്ത്രചിന്തയെ പരിപോഷിപ്പിച്ചു. *ബൈബിൾ* തൊട്ടു സത്യം ചെയ്യാഞ്ഞതിനാൽ മൂന്നുപ്രാവശ്യം ബ്രിട്ടീഷ് പാർലമെന്റിൽ പ്രവേശനം നിഷേധിക്കപ്പെട്ട ബ്രാഡ്‌ലായ്ക്കു മുന്നിൽ പാർലമെന്റു വഴങ്ങുകയുണ്ടായി. മേരിസ്റ്റോപ്സ് ആകട്ടെ ഏറെ പീഡിപ്പിക്കപ്പെടുകയും ജയിലിൽ അടയ്ക്കപ്പെടുകയും ചെയ്തു. ഐൻസ്റ്റീന്റെയും ബർട്രാന്റ് റസലിന്റെയും കാലത്തോടെ ശാസ്ത്രീയ യുക്തിവാദം ആധുനികമായ മാനംതേടി അജയ്യമായി മാറി.

മറ്റേതു പ്രത്യയശാസ്ത്രവും പോലെതന്നെ യുക്തിവാദവും ബൂർഷ്വാസിയുടെ തന്നെ സംഭാവനയാണ്. എന്നാൽ അതിനെ മാനവികമായ ഔന്നത്യത്തിലെത്തിക്കുകയും, മതാന്ധതകളിൽ നിന്നും, സാമൂഹ്യചൂഷണത്തിൽനിന്നുമുള്ള വിമോചനത്തിന്റെ പ്രത്യയശാസ്ത്രമായി മാറ്റുകയും ചെയ്തത് ഹ്യൂമനിസ്റ്റുകളായ യുക്തിവാദികളാണ്. ഏറിയും കുറഞ്ഞുമുള്ള അവരുടെ സംഭാവനകൾ ശാസ്ത്രീയമായ ഒരു പരിണാമത്തിലേക്കെത്തുന്നതാണ് ഇരുപതാം നൂറ്റാണ്ട് സാക്ഷ്യപ്പെടുത്തിയത്. അതിന് സാക്ഷ്യപത്രം നൽകാൻ മാർക്സിസത്തിന്റെ വികാസത്തിനു കഴിഞ്ഞു. ഭൗതികവാദത്തിൽ നിന്ന് വൈരുധ്യാധിഷ്ഠിത ഭൗതികവാദത്തിലേക്കുള്ള വളർച്ചയിലൂടെ മാർക്സിസം ലോകത്തിന്റെ യൗവനത്തെ പ്രദാനം ചെയ്തപ്പോൾ, അതിന്റെ ഓജസും തേജസുമായി യുക്തിവാദം പരിണമിച്ചു. സോഷ്യലിസം ഒരു യാഥാർഥ്യമായതോടെ, യുക്തിവാദം വിഭാവന ചെയ്ത മാനവികതയുടെ ലോകം യാഥാർഥ്യമാകുകയും ചെയ്തു.

11

യുക്തിദർശനത്തിന്റെ പ്രസക്തി ഇന്ത്യയിൽ

പതിനെട്ടു ദിവസത്തെ മഹായുദ്ധം ജയിച്ച് ആനന്ദത്തിലാറാടി കൊട്ടാരത്തിലേക്കെഴുന്നള്ളുന്ന യുധിഷ്ഠിരനെ, സ്തുതിപാഠകർ ആനയിച്ചു കൊണ്ടുവരുമ്പോൾ, തിമിർത്താടുന്ന അധികാരത്തിനു മുന്നിലേക്ക് വിരൽചൂണ്ടിക്കൊണ്ട് ഒരാൾ ഗർജ്ജിച്ചു.

"ഹേ, ധർമ്മപുത്രരേ, നിന്നെ ഞാൻ ശപിക്കുന്നു. നീ ബന്ധുക്കളെ കൊന്നവനാണ്. എന്തിനുവേണ്ടി ഈ കൊലകൾ നടത്തി? എന്തിന് ബന്ധുക്കളെ കൊന്നു? എന്തിന് ഗുരുക്കന്മാരെ കൊല്ലിച്ചു? ഇനി എന്തിനു ജീവിച്ചിരിക്കുന്നു? നീ ചാവുകയാണ് നല്ലത്...."

അത് ചാർവ്വാകന്റെ ശബ്ദമായിരുന്നു. യുധിഷ്ഠിരൻ ലജ്ജിച്ചു തല താഴ്ത്തിയെങ്കിലും ബ്രാഹ്മണപ്പരിഷകൾ ചർവ്വാകനെ പിച്ചിച്ചീന്തി.

മഹാഭാരതം ശാന്തിപർവ്വത്തിലെ ഈ കഥ ഇതിഹാസഘട്ടത്തിലെ, അനീതിക്കെതിരായ സാമൂഹ്യ മനഃസാക്ഷി യുക്തിവാദികളായിരുന്നു എന്നതിന്റെ നിദർശനമാണ്. ചാരുവായ (പ്രിയംകരമായ) വാക്കുകൾ പറയുന്ന ചാർവ്വാകന്മാർ ഇന്ത്യൻ ഭൗതികവാദത്തിലെ ഉന്നതമായ 'ലോകായതം' എന്ന ദർശനത്തിന്റെ പ്രയോക്താക്കളായിരുന്നു. അതായത് അതിശക്തമായ ഭൗതികവാദപാരമ്പര്യം ഇന്ത്യക്ക് ഉണ്ടായിരുന്നു.

അധികാരത്തിന്റെ ആത്മീയ പശ്ചാത്തലം

'ദൈവാധീനം ജഗത്സർവ്വം
മന്ത്രാധീനം തു ദൈവതം
തന്മന്ത്രം ബ്രാഹ്മണാധീനം
ബ്രാഹ്മണോ മമ ദൈവതം' –

എന്ന ശ്രുതി ഫ്യൂഡലിസത്തിന്റെ ആശയാടിത്തറയാണ്. ലോകം ദൈവത്തിന് അധീനവും ആ ദൈവം മന്ത്രത്തിനു വിധേയവും പ്രസ്തുത മന്ത്രം ബ്രാഹ്മണനു മാത്രം സിദ്ധവുമാകയാൽ ബ്രാഹ്മണൻ ആണ് എന്റെ ദൈവം എന്ന് എത്ര അനായാസമായി ജനങ്ങളെക്കൊണ്ട് സമ്മതിപ്പിച്ചു. അതോടൊപ്പംതന്നെ 'രാജാ പ്രത്യക്ഷ ദൈവതം' – രാജാവ് കാണപ്പെട്ട ദൈവമാണ് – എന്ന നിയമം കൂടിയായപ്പോൾ ഭരണകൂടവും മതാധിപത്യവും ഒറ്റക്കെട്ടാവുന്നു. അങ്ങനെ ആത്മീയത അധികാരത്തിന്റെ പ്രത്യയശാസ്ത്രമാകുന്നു.

ഈ അച്ചുതണ്ടിന്റെ ഭരണകാലത്തിന് മൂവായിരത്തിലേറെ വർഷങ്ങളുടെ ചരിത്രമുണ്ട്. വൈദികമതം എന്ന ആര്യാധിപത്യം നടത്തിയ മൂന്നു സഹസ്രാബ്ദങ്ങളിലെ കൊടിയ ഹിംസകൾക്കെതിരെയാണ് ബുദ്ധജൈനമതങ്ങളുടെ ചരിത്ര 'നിയോഗ'മുണ്ടായത്. ആർഷ സംസ്കാരത്തിന്റെ അക്രമത്തിനും ചൂഷണങ്ങൾക്കും എതിരെ മാനവികമായ ചെറുത്തുനിൽപ്പ് ഉയർത്തിയതുകൊണ്ടു തന്നെയാണ് ബൗദ്ധ–ജൈനമതങ്ങൾ ഇന്ത്യയുടെ മാത്രമല്ല, ഏഷ്യയുടെ തന്നെ വിളക്കുകളായി മാറിയത്.

ബൗദ്ധധാർമ്മികതയെയും, അതുയർത്തിയ സാമൂഹ്യ പ്രതിരോധത്തെയും തകർക്കാൻ ശങ്കരൻ ഉപയോഗിച്ചതും പ്രച്ഛന്നമായ യുക്തിവാദമാണ്. ലോകം മിഥ്യയാണ്; ബ്രഹ്മമാണ് സത്യം എന്നു സ്ഥാപിക്കാൻ ഇന്ദ്രിയാതീതമായ യുക്തികളെ (ആത്മീയ തർക്കശാസ്ത്രത്തെ)യാണ് ശങ്കരൻ പ്രയോഗിച്ചത്. ബുദ്ധമതത്തെ ദാർശനികമായി തോൽപ്പിച്ചുകൊണ്ടും ബുദ്ധസന്യാസികളെ പരസ്യമായി കൊന്നൊടുക്കിക്കൊണ്ടും വീണ്ടും വൈദികാധിപത്യം സ്ഥാപിക്കാൻ ശങ്കരനു കഴിഞ്ഞു. ഭൂമിയുടെ മാത്രമല്ല, സർവ്വവിധമായ സാമൂഹ്യാധിപത്യങ്ങളും ബ്രാഹ്മണർക്കു പ്രദാനം ചെയ്തുകൊണ്ട് ഫ്യൂഡലിസം നൂറ്റാണ്ടുകളോളം നിലനിന്നതിന്റെ ആശയപരമായ അടിത്തറ ഈ യുക്തികളായിരുന്നു.

നവോത്ഥാനത്തിന്റെ ഉള്ളടക്കം

ഹിംസാത്മകമായ ബ്രാഹ്മണികതയ്ക്കെതിരായി ഭാഗികമായ നവോത്ഥാന മുന്നേറ്റങ്ങളുണ്ടാകുന്നത് പത്തൊമ്പതാം നൂറ്റാണ്ടിന്റെ പൂർവാർധത്തിലാണ്. അതിനു തുടക്കം കുറിച്ചെന്നു പറയുന്ന രാജാറാം മോഹൻ റോയി, യഥാർഥത്തിൽ ഹൈന്ദവ പരിഷ്കരണ വാദിയായിരുന്നു. അദ്ദേഹം സ്ഥാപിച്ച പ്രസ്ഥാനം തന്നെ 'ബ്രഹ്മസമാജ'മായിരുന്നു. (ബ്രാഹ്മണ സമാജമോ ബ്രഹ്മത്തിന്റെ സമാജമോ എന്നു വ്യക്തമല്ല) ഹിന്ദുമത ദുരാചാരങ്ങൾക്കെതിരായ ഒരു പ്രസ്ഥാനമെന്ന നിലയിൽ അന്നത് പുരോഗമനപരമായിരുന്നു. തുടർന്നുവന്ന ദയാനന്ദ സരസ്വതിയാകട്ടെ 'ആര്യാവർത്ത' സ്ഥാപനമാണ് ലക്ഷ്യമാക്കിയത്. 'ആര്യസമാജം' ഒരിക്കലും സാമൂഹ്യപരിഷ്കരണം ലക്ഷ്യമാക്കിയ ഒരു പ്രസ്ഥാനമായിരുന്നില്ല.

1873–ൽ മഹാരാഷ്ട്രയിൽ സ്ഥാപിതമായ 'സത്യശോധക സമാജ'മാണ് ഇന്ത്യയിലെ പ്രഥമ നവോത്ഥാന പ്രസ്ഥാനം, അതിന്റെ സ്ഥാപകൻ ജ്യോതിബ ഫൂലെയാണ് സത്യത്തിൽ ഇന്ത്യൻ നവോത്ഥാനത്തിന്റെ പിതാവ്. വിശുദ്ധ ഗ്രന്ഥങ്ങൾ പ്രവാചകരുടെ വാക്യങ്ങളുടെ അടിസ്ഥാനത്തിൽ മാത്രമുള്ളതാണെന്നും, സദാചാരമൂല്യങ്ങളെ അടിസ്ഥാനമാക്കിയുള്ള സാമൂഹ്യബോധമാണ് മനുഷ്യർക്കുണ്ടാകേണ്ടതെന്നും വാദിച്ച ഫൂലേ സകല മതങ്ങളെയും നിഷേധിച്ചു. അധഃസ്ഥിത വിമോചനത്തിനും, കർഷക ചൂഷണത്തിനുമെതിരെയും വർഗബോധത്തെ ഉയർത്തിപ്പിടിച്ചു. അയിത്തജാതിക്കാർക്കുവേണ്ടി സ്കൂളുകൾ ആരംഭിച്ചു. മറ്റാരെയും അധ്യാപകരായി കിട്ടാതെ വന്നപ്പോൾ ഭാര്യ സാവിത്രിയെത്തന്നെ പരിശീലനം നൽകി അധ്യാപികയാക്കി. സവർണ്ണരെ മാത്രമുദ്ദേശിച്ചുള്ളതാണ് നിലവിലുള്ള വിദ്യാഭ്യാസരീതിയെന്ന് ഹണ്ടർ കമ്മീഷന് പരാതി നൽകി. ബോംബെയിലെ മിൽതൊഴിലാളികളെ സംഘടിപ്പിച്ചു. സാമൂഹ്യപരിഷ്കരണത്തെക്കാൾ നിന്ദിതരുടെയും പീഡിതരുടെയും വിമോചനമായിരുന്നു ഫൂലെയുടെ ലക്ഷ്യം. യുക്തിവാദത്തിന്റെ വിപ്ലവകരമായ പ്രയോഗമായിരുന്നു ഇത്.

ഫൂലെയുടെ പാത പിന്തുടർന്ന ഡോ. അംബേദ്കർ ആരംഭിച്ച സ്വാഭിമാന, സവർണാധിപത്യവിരുദ്ധ പ്രക്ഷോഭണങ്ങൾ അസ്പൃശ്യരുടെ സമ്പൂർണമോചനത്തെ ലാക്കാക്കിയുള്ളതായിരുന്നു.

നവോത്ഥാന പ്രസ്ഥാനങ്ങളുടെ ഭാഗമായിത്തന്നെ സ്വാതന്ത്ര്യസമര ദേശീയ പ്രസ്ഥാനങ്ങൾ രൂപംകൊണ്ടത് രണ്ടുമൂന്നു ധാരകളിലായിട്ടായിരുന്നു. മുഖ്യധാരാ പ്രസ്ഥാനം ഗാന്ധിജിയും തിലകനും നയിച്ചതായിരുന്നുവെങ്കിലും അത് സവർണ്ണ ഹൈന്ദവാധിപത്യപരമായ മതാത്മകതയിൽ ഊന്നിയതായിരുന്നു. ഭഗത്സിങ്ങും കൂട്ടാളികളും നയിച്ച വിപ്ലവപാതയും, സുഭാഷ് ചന്ദ്രബോസിന്റെ സൈനിക ധാരയും, അംബേദ്കറുടെ ദളിത് വിമോചനപദ്ധതിയുമൊക്കെ മതനിരപേക്ഷമായിരുന്നെങ്കിലും അവയ്ക്ക് പ്രാമുഖ്യം ലഭിച്ചില്ല. മതന്യൂനപക്ഷങ്ങളെ ദേശീയ സമരരംഗത്തേക്കാനയിക്കാൻ ഗാന്ധിജി തുടങ്ങിവെച്ച ഖിലാഫത്തു പ്രസ്ഥാനമാകട്ടെ വർഗീയത വളർത്താനേ സഹായിച്ചുള്ളൂ. കൊളോണിയൽ തന്ത്രങ്ങൾ വർഗീയ കലാപങ്ങളെ ശക്തിപ്പെടുത്തുകയും ഇന്ത്യയെ രക്തപങ്കിലമാക്കുകയും ചെയ്തു. ഇന്ത്യ വെട്ടിമുറിക്കപ്പെട്ടതോടെ വർഗീയഫാസിസം രംഗം പിടിച്ചെടുക്കുകയും അതുവരെ നേടിയ എല്ലാ നവോത്ഥാന മൂല്യങ്ങളും അർഥശൂന്യമാവുകയും ചെയ്തു.

ഇ വി ആറും തമിഴ്നാടും

യുക്തിവാദിപ്രസ്ഥാനം ഏറ്റവും ജനകീയമായതും പാർലമെന്ററി പാതയിലൂടെ രാഷ്ട്രീയ പ്രസ്ഥാനമായി മാറി അധികാരത്തിലെത്തിയതും തമിഴ്നാട്ടിലാണ്. അതിനിടയാക്കിയത് 'പെരിയോർ' എന്നു

വിളിക്കപ്പെടുന്ന ഐതിഹാസിക പുരുഷനായ ഇ വി രാമസ്വാമി നായ്കരാണ്. *തൊൽക്കാപ്പിയവും തിരുക്കുറളും* സൃഷ്ടിച്ച ദാർശനികാന്തരീക്ഷവും സ്വത്വമായ ദ്രാവിഡ സംസ്കാരവും തമിഴ്നാട്ടിന് പ്രത്യേക സാമൂഹ്യാവസ്ഥ പകർന്നിരുന്നു. ഈ അന്തരീക്ഷത്തെ ആത്മാഭിമാന പ്രസ്ഥാനവുമായി ബന്ധിപ്പിച്ച് വിപ്ലവകരമാക്കുകയാണ് പെരിയോർ ചെയ്തത്.

കോൺഗ്രസിന്റെ സംസ്ഥാനതല നേതൃത്വത്തിലേക്കുയർന്ന ഇ വി ആർ, കോൺഗ്രസ് ബ്രാഹ്മണപ്രസ്ഥാനമാണെന്നു തിരിച്ചറിഞ്ഞതോടെ അതുവിട്ട് ജസ്റ്റിസ് പാർട്ടിയിലെത്തി. തുടർന്ന് തമിഴ്നാട്ടിൽ സ്വയംമര്യാദ പ്രസ്ഥാനത്തിന്റെ കൊടുങ്കാറ്റടിക്കാൻ തുടങ്ങി. ദൈവങ്ങളെയും ദൈവികാശയങ്ങളെയും പരസ്യമായി വെല്ലുവിളിക്കുകയും അധഃസ്ഥിതന്റെ ആത്മാഭിമാനമുണർത്തുന്ന നിരവധി സമരങ്ങൾക്കു നേതൃത്വം നൽകുകയും ചെയ്ത പെരിയോർ 1924–ൽ വൈക്കം സത്യഗ്രഹത്തിൽ പ്രക്ഷോഭണത്തിന്റെ പര്യായമായി മാറി. 1925–ൽ *കടിയരശു* എന്ന വാരികയും *Revolt* എന്ന ഇംഗ്ലീഷ് വാരികയും ആരംഭിച്ചു. സ്വയംമര്യാദ പ്രസ്ഥാനം നടത്തി. ആചാരരഹിത വിവാഹങ്ങളും വിധവാ വിവാഹങ്ങളും സാമൂഹ്യവിപ്ലവത്തിനു തിരികൊളുത്തി. യുക്തിവാദ ആശയങ്ങൾ തമിഴ്നാടിനെ ഇളക്കിമറിച്ചു.

1926–ൽ മധുരയിൽവെച്ച് ഔദ്യോഗികമായി യുക്തിവാദി സംഘം രൂപീകരിക്കപ്പെട്ടു. പി ഒ ചിദംബരം, എസ് രാമനാഥൻ, എസ് ഗുരുസ്വാമി, പി ശിവാനന്ദം, രാമാമൃത തീർഥമ്മാൾ, നീതാവതി, ഇന്ദ്രാണി ബാലസുബ്രഹ്മണ്യം തുടങ്ങിയവർ സംഘടനാ നേതൃത്വത്തിലുണ്ടായിരുന്നു.

പെരിയോറും രാമനാഥനുംകൂടി 1932–ൽ സോവിയറ്റുയൂണിയൻ പര്യടനം നടത്തി തിരിച്ചെത്തിയതോടെ സംഘടനയ്ക്കൊരു സോഷ്യലിസ്റ്റു ഛായയുണ്ടായി. ജസ്റ്റിസ് പാർട്ടി ക്രമേണ ദ്രാവിഡ കഴകം (DK) ആയി മാറി. ക്രമേണ അത് തമിഴ്നാടുരാഷ്ട്രീയം നിയന്ത്രിക്കാൻ തുടങ്ങി. കലയും സാഹിത്യവും സർവ്വോപരി സിനിമയും കൂടി തമിഴ്നാട്ടിൽ യുക്തിവാദിപാരമ്പര്യത്തെ പൂർവ്വാധികം ശക്തമാക്കി. പെരിയോരുടെ വലംകൈയായിരുന്ന അണ്ണാദുരൈ പ്രസ്ഥാനത്തെ വളരെയധികം ജനകീയവൽക്കരിച്ചു. 1949–ൽ നേതാവുമായി പിണങ്ങിപ്പിരിഞ്ഞ് ദ്രാവിഡ മുന്നേറ്റ കഴകം (DMK) രൂപീകരിച്ചു. അതും യുക്തിവാദി പാർട്ടിയായിരുന്നു. 1962–ൽ 50 സീറ്റിലാണ് ഡി എം കെ ജയിച്ചത്. 1971–ൽ അണ്ണാദുരൈയുടെ മരണശേഷം ശിഷ്യന്മാരായ കരുണാനിധിയും എം ജി ആറും വ്യത്യസ്ത ചേരികളിലായി. എം ജി ആർ, എ ഐ എ ഡി എം കെ രൂപീകരിക്കുകയും ചെയ്തു.

തീവ്രമായ സമരത്തിന്റെ ശൈലിയായിരുന്നു പെരിയോറിന്റേത്. അതുകൊണ്ടുതന്നെ പ്രസ്ഥാനം ജനകീയപിന്തുണയുടെ കാര്യത്തിൽ മുന്നിട്ടുനിന്നു. ഇന്നും സംസ്ഥാനതലത്തിൽ ദ്രാവിഡകഴകം അജയ്യമാ

യൊരു ശക്തി തന്നെയാണ്. ചെന്നൈ ആസ്ഥാനമായ 'പെരിയോർ തിട ലി'ന്റെ നേതൃത്വത്തിൽ സ്കൂൾ കോളേജുകൾ അടക്കമുള്ള അനേകം സ്ഥാപനങ്ങൾ ദ്രാവിഡകഴകം നേരിട്ടുനടത്തുന്നു. തെക്കെയിന്ത്യയിൽ യുക്തിബോധത്തിന്റെ ചിന്ത പരത്തിയതിൽ ഇ വി ആറിനും ദ്രാവിഡ കഴകത്തിനുമുള്ള പ്രാധാന്യം അപ്രതിരോധ്യം തന്നെയാണ്.

ആന്ധ്രയിലെ സംഘടന

ബ്രഹ്മസമാജത്തിന്റെ അനുയായികളായിരുന്ന ആർ വെങ്കിടരത്നവും കുണ്ടുകുറി വീരേശലിംഗവും ജാതിരഹിതസമൂഹത്തിനുവേണ്ടി ആന്ധ്രയിൽ ശക്തമായ സമരങ്ങൾ നടത്തിയിരുന്നു. ദൈവവിശ്വാസികളായിരുന്നെങ്കിലും അവർ സാമൂഹ്യപരിഷ്കർത്താക്കൾ ആയിരുന്നു. എന്നാൽ യുക്തിവാദപ്രസ്ഥാനത്തിനു തുടക്കം കുറിക്കുന്നത് വള്ളൂരി സൂര്യനാരായണ കവി രാജു, ത്രിപുരേനി, രാമസ്വാമി തുടങ്ങിയവരാണ്. ഭൗതികവാദപ്രചരണം ശക്തമാക്കുന്നതിൽ ആന്ധ്രയിലെ കമ്യൂണിസ്റ്റ് പാർട്ടിയും കാര്യമായ പങ്കുവഹിച്ചു.

ഗോറയുടെ രംഗപ്രവേശമാണ് യഥാർഥമായൊരു യുക്തിവാദിസംഘത്തിന് വേരുണ്ടാക്കിയത്. കോളേജ് അധ്യാപക ജോലി ഉപേക്ഷിച്ച് യുക്തിവാദ പ്രചരണത്തിനായി സ്വയം സമർപ്പിതനായ അദ്ദേഹം ജാതിമതാന്ധതകൾക്കെതിരെയും മിശ്രഭോജനത്തിനും മിശ്രവിവാഹത്തിനുമായി തീക്ഷ്ണസമരങ്ങൾ നടത്തി. നിരീശ്വരവാദം അദ്ദേഹത്തിന് നിഷേധപരമായിരുന്നില്ല, അതു മനുഷ്യസ്വാതന്ത്ര്യത്തിന്റെ പ്രഖ്യാപനമാണ്. ശാസ്ത്രീയ മനോഭാവം പ്രചരിപ്പിക്കാൻ പ്രായോഗിക പരിപാടികൾ ആവിഷ്കരിച്ച ഗോറ തികഞ്ഞ പ്രക്ഷോഭകാരിയായിരുന്നു. വയോജന വിദ്യാഭ്യാസത്തിനും അവരുടെ പരിശീലനകേന്ദ്രത്തിനും അടക്കം പല പദ്ധതികളും അദ്ദേഹം ആവിഷ്കരിച്ചു.

1942–ൽ ആദ്യ യുക്തിവാദി സമ്മേളനം കൃഷ്ണജില്ലയിൽ നടന്നു. 1940–ൽ മുഡന്നൂരിൽ നിരീശ്വരവാദ കേന്ദ്രം ആരംഭിച്ചു. 1947–ൽ വനമാടയിലും തുടർന്ന് വിവിധ കേന്ദ്രങ്ങളിലും എതീസ്റ്റുകേന്ദ്രങ്ങൾ സ്ഥാപിച്ചു. 1949–ൽ *സംഘം* എന്നപേരിൽ മാസിക ആരംഭിച്ചു. ഗാന്ധിജിയുമായി സഹവർത്തിത്വത്തിലായിരുന്ന ഗോറ അഖിലേന്ത്യാ സംഘടന കെട്ടിപ്പടുക്കുകയും അതിന്റെ പ്രസിഡണ്ടായിരിക്കുകയും ചെയ്തിട്ടുണ്ട്.

വിജയവാഡയിലെ എതീസ്റ്റ് കേന്ദ്രം ഇന്ന് ലോകശ്രദ്ധയാകർഷിക്കുന്ന വലിയൊരു പ്രസ്ഥാനമാണ്. വർഷംതോറും ലോക നാസ്തിക സമ്മേളനം അവിടെ നടക്കാറുണ്ട്. ഗോറയുടെ ചരമത്തെ തുടർന്ന് മൂത്ത മകൻ ലവണം പ്രസ്ഥാനങ്ങൾക്ക് സജീവ നേതൃത്വം നൽകുന്നു. സ്കൂളുകളും കോളെജുകളുമടക്കം വിപുലമായൊരു പ്രസ്ഥാന സഞ്ചയം എതീസ്റ്റ് കേന്ദ്രത്തിനുണ്ട്.

മഹാരാഷ്ട്രയിൽ

1930 ജനുവരിയിൽ ബോംബെയിൽ രൂപീകരിക്കപ്പെട്ട 'പൗരോഹിത്യ വിരുദ്ധ സംഘടന' (Anti Priest Craft Association) ആണ് ആദ്യ യുക്തിവാദ സംഘടന. ഇതിന്റെ പ്രസിഡന്റ് ഡോ. ജി വി ദേശ്മുഖ് ആയിരുന്നു. എ എസ് തായാബ്ജി, ഡോ. ഡി എൽ ഡി അവിയോൺ എന്നിവർ വൈസ്പ്രസിഡന്റും ഡി ആർ ഡി വാഡിയ ഖജാൻജിയും ഡോ. എ എസ് എറൂൾക്കർ, സോമ്ജി, പുരുഷോത്തം ദാസ്, എ ബ്രൽവി, എസ് എ മെലറിയാൻ, മിസ് നരിമാൻ എന്നിവർ നിർവാഹകസമിതി അംഗങ്ങളുമായിരുന്നു. പിന്നീട് സംഘടനയുടെ പേരുതന്നെ റാഷണലിസ്റ്റ് അസോസിയേഷൻ ഓഫ് ഇന്ത്യ എന്നാക്കി മാറ്റി. 1931–ൽ *റീസൺ* എന്ന മാസിക പ്രസിദ്ധീകരിച്ചുതുടങ്ങി. 1933–ൽ അതിൽ വന്ന ഒരു ലേഖനം മതവികാരങ്ങളെ വ്രണപ്പെടുത്തിയെന്നപേരിൽ ബ്രിട്ടീഷ് സർക്കാർ, എഡിറ്ററായിരുന്ന സി എൽ ഡി അവിയോണിനെതിരെ കേസെടുത്തത് കോളിളക്കമുണ്ടാക്കി.

1934–ൽ യുക്തിവാദ യുവജനസംഘടന രൂപീകരിച്ചു. 1938–ൽ ലണ്ടനിൽ വെച്ചുനടന്ന world union of free thinkers സമ്മേളനത്തിൽ സംഘടനാ പ്രതിനിധികൾ പങ്കെടുത്തു. അന്ധവിശ്വാസത്തിനെതിരായ നിരന്തര പരിപാടികൾ സംഘടിപ്പിക്കുന്നതിൽ RAI നേതൃത്വം കൊടുത്തു. എന്നാൽ തമിഴ്നാട്ടിലെയോ ആന്ധ്രയിലേയോ പോലെ ബഹുജന പ്രസ്ഥാനമാകാൻ മഹാരാഷ്ട്രയിലെ യുക്തിവാദി സംഘത്തിനു കഴിഞ്ഞില്ല.

ഇന്ത്യൻ റാഷണലിസ്റ്റ് അസോസിയേഷൻ

അഖിലേന്ത്യാ തലത്തിലുള്ള സംഘടനയ്ക്ക് രൂപം കൊടുത്തത് സ്വതന്ത്ര ചിന്താഗതിക്കാരായ കുറെ ബുദ്ധിജീവികളായിരുന്നു. 1949 ഡിസംബർ 18–ന് മദ്രാസിലെ രാജാജി ഹാളിലാണ് പ്രഥമയോഗം ചേർന്നത്. ഡോ. രഘുനാഥ് പരഞ്ച് പൈ (പ്രസിഡന്റ്), എം എൻ റോയി, പ്രൊഫ. കെ ടി ഷാ, എസ് രാമനാഥൻ (വൈസ് പ്രസിഡന്റുമാർ), ഇ ലോറൻസ് (ട്രഷറർ), എസ് ഘോഷ്, ടി എസ് സെൽവരാജ് (ഓണററി സെക്രട്ടറിമാർ) എന്നിവരായിരുന്നു ഭാരവാഹികൾ. 1950–ൽ എസ് രാമനാഥൻ എഡിറ്ററായി *Indian Rationalist* എന്ന മാസികയാരംഭിച്ചു.

വിവിധ സംസ്ഥാനങ്ങളിൽവെച്ച് IRAയുടെ സമ്മേളനങ്ങൾ നടന്നുകൊണ്ടിരുന്നെങ്കിലും അതൊരു ബഹുജന സംഘടനയായി വളർന്നില്ല. നേതൃത്വത്തിന്റെ പരിമിതികളും സാമ്പത്തിക പരാധീനതയുമാകാം കാരണങ്ങൾ. വിവിധ പരിപാടികൾ സംഘടിപ്പിച്ചും ഇടയ്ക്കിടെ മന്ദീഭവിച്ചും സംഘടന നിലനിന്നു. വിവിധ സംസ്ഥാനങ്ങളിൽ സജീവമായിരുന്ന പല സംഘടനകളും ഐ ആർ എയിൽ പങ്കാളിത്തം വഹിച്ചില്ല. ഡോ. എ ടി കോവൂരിനെപ്പോലുള്ളവരുടെ പര്യടന പരിപാടികളും വെല്ലുവിളികളും ഇടയ്ക്കിടെ സംഘടനയെ സജീവമാക്കി. ഡോ. ജ്യോതിശങ്കർ, എ

സൂര്യനാരായണ, ഗോറ, എം സി ജോസഫ്, ലോഖണ്ഡ് വാല, ഡോ എച്ച് നരസിംഹയ്യ, എം പ്രഭ, പവനൻ, യു കലാനാഥൻ, ഇടമറുക് തുടങ്ങിയവർ വിവിധ കാലങ്ങളായി ഐ ആർ എയുടെ നേതൃത്വം വഹിച്ചിരുന്നു. സംഘടന 1984 വരെ കേരള യുക്തിവാദിസംഘം IRAയിൽ അഫിലിയേറ്റു ചെയ്തു പ്രവർത്തിച്ചിരുന്നു. സംഘടനയുടെ ഫെഡറൽ സ്വഭാവം നഷ്ടപ്പെട്ടതോടുകൂടി 80കളോടെ ഐ ആർ എയുടെ പ്രവർത്തനം മന്ദീഭവിച്ചു.

ഫിറ

1985 മുതലുള്ള കേരള യുക്തിവാദിസംഘത്തിന്റെ സമ്മേളനങ്ങളിൽ ഇതര സംസ്ഥാനങ്ങളിൽ നിന്നുള്ള സൗഹാർദ്ദ പ്രതിനിധികൾ പങ്കെടുക്കുമായിരുന്നു. ഉശിരുള്ള ഒരു അഖിലേന്ത്യാ സംഘടനയെപ്പറ്റിയുള്ള ചർച്ചകളും നടക്കുമായിരുന്നു. 1997 ഫെബ്രുവരി 7,8,9 തീയതികളിൽ പാലക്കാട്ടുവെച്ചു ചേർന്ന സംസ്ഥാനസമ്മേളനത്തിന്റെ പ്രഥമദിനം ഒരു അഖിലേന്ത്യാ സൗഹൃദയോഗം നടന്നു. 14 സംഘടനകളെ പ്രതിനിധീകരിച്ച് അംഗങ്ങളും ഒറ്റപ്പെട്ട വ്യക്തിത്വങ്ങളും സംബന്ധിച്ച യോഗം ഒരു അഖിലേന്ത്യാ സംഘടന രൂപീകരിക്കണമെന്നു നിശ്ചയിച്ചു. Indian Federation of Rationalists Organisation (IFRO) എന്ന പേരിലുള്ള സംഘടനയുടെ സംഘാടക സമിതി, ബി പ്രേമാനന്ദ് കൺവീനറായി രൂപമെടുത്തു. (പ്രസ്തുത സമ്മേളനത്തിൽ നയരേഖ അവതരിപ്പിച്ചത് അന്നു സംഘം ജനറൽ സെക്രട്ടറിയായിരുന്ന ഈ ലേഖകനാണ്).

98 മാർച്ച് 21, 22 തീയതികളിൽ ഹൈദരാബാദിൽ വെച്ചുനടന്ന അഖിലേന്ത്യാ സമ്മേളനം IFRO എന്ന പേര് FIRA (Federation of Indian Rationalists Association) എന്നാക്കിമാറ്റി. 2001 ഡിസംബർ 7,8,9 (കോയമ്പത്തൂർ) 2003 മെയ് 10,11 (മംഗലാപുരം) 2004 ഏപ്രിൽ 2,3,4 (ഭട്ടിൻഡ–പഞ്ചാബ്) തുടങ്ങി അഖിലേന്ത്യാ സമ്മേളനങ്ങൾ തുടർന്നു നടന്നു.

ഇന്ത്യയിലെ വിവിധ സംസ്ഥാനങ്ങളിൽ പ്രവർത്തിക്കുന്ന 65 സംഘടനകൾ 'ഫിറ'യിൽ അംഗങ്ങളാണ്. മതവിമുക്ത രാഷ്ട്രീയത്തിനു വേണ്ടിയുള്ള ഒരു വർഷത്തെ ദേശീയ കാമ്പെയ്നും, ബില്ല് തയ്യാറാക്കി പാർലമെന്റ് അംഗങ്ങൾക്കു സമർപ്പിച്ചതിനു ശേഷം 2005 ഏപ്രിൽ 17–ന് ഡൽഹിയിൽ ദേശീയ സെമിനാറും 18–ന് പാർലമെന്റ് മാർച്ചും നടത്തിയത് സുപ്രധാനമായ കാൽവയ്പായിരുന്നു. കോയമ്പത്തൂർ, വിജയവാഡ, കുരുക്ഷേത്ര, ഹരിയാന, പാറ്റ്ന, മംഗലാപുരം, ചെന്നൈ, ഭട്ടിൻഡ, വിശാഖപട്ടണം, ന്യൂഡൽഹി തുടങ്ങിയിടങ്ങളിൽ ദേശീയ നിർവാഹകസമിതി സമ്മേളനങ്ങളും നടന്നിട്ടുണ്ട്. സജീവമായൊരു അഖിലേന്ത്യാ സംഘടന കെട്ടിപ്പടുക്കാൻ ഇപ്പോൾ നേതൃത്വം നൽകുന്നത് ഡോ. നരേന്ദ്ര നായ്ക്കും (പ്രസിഡന്റ്) യു കലാനാഥനും (സെക്രട്ടറി) ആണ്.

12

കേരള നവോത്ഥാനത്തിൽ യുക്തിദർശനത്തിന്റെ പങ്ക്

ആയിരത്തി എണ്ണൂറ്റി അമ്പത്തിയഞ്ചിൽ കൊച്ചിയിലും തിരുവിതാംകൂറിലും അടിമവ്യാപാരം നിരോധിച്ചുകൊണ്ട് വിളംബരമുണ്ടായെങ്കിലും 1976–ൽ അടിമപ്പണി സമ്പ്രദായം നിർത്തലാക്കാൻ നിയമം ഉണ്ടാക്കേണ്ടിവന്നു എന്നതിനർഥം എത്ര ബീഭത്സമായ അവസ്ഥയാണ് കേരളത്തിൽ നിലനിന്നിരുന്നത് എന്നാണ്. സമൂഹത്തിലെ ബഹുഭൂരിപക്ഷത്തിനും ഉണ്ണാനും ഉടുക്കാനും വഴിനടക്കാനും അക്ഷരം പഠിക്കാനും അവകാശമില്ലാത്ത മനുഷ്യരായി ഗണിക്കപ്പെടാത്തവരായിരുന്നു. ഇതിന്റെ പ്രത്യയശാസ്ത്ര ഉറവിടമാകട്ടെ മതങ്ങളുടെ ആശയവാദം തന്നെയായിരുന്നു. വൈദികാധിപത്യത്തിനിടയിലൂടെ ക്രൈസ്തവ, ഇസ്ലാം മതാധിപത്യം കൂടിനുഴഞ്ഞുകയറിയെങ്കിലും കോരന്മാരുടെ കഞ്ഞി കുമ്പിളിൽ തന്നെയായിരുന്നു.

ജാതി, ജന്മിത്വ കേരളത്തിന്റെ സകല ആധിപത്യങ്ങളെയും ഭേദിച്ചത് യുക്തിചിന്തയായിരുന്നു. അതിനെ മുന്നോട്ടു നയിക്കാൻ കമ്യൂണിസ്റ്റ് പ്രസ്ഥാനത്തിനും കഴിഞ്ഞു. യുക്തിവാദികൾ സമൂഹത്തിനായി എന്തു ചെയ്തു എന്ന ചോദ്യത്തിന്റെ ഉത്തരവും ഇതിലടങ്ങിയിട്ടുണ്ട്.

നാണം മറയ്ക്കാൻ യുദ്ധം

രാജാക്കന്മാരുടെ ധൂർത്ത് മൂലം കാലിയായ ഖജനാവു നിറയ്ക്കാൻ മാർത്താണ്ഡവർമ്മ 'തലയറ'യും 'തലപ്പണ'വും അധഃസ്ഥിത, പിന്നാക്ക ജനതയിൽ നിന്ന് ഈടാക്കിയപ്പോൾ ധർമ്മരാജാവ് ആകട്ടെ 'മുലക്കരം' കൂടി കെട്ടിയേൽപ്പിച്ചു. ഇത്ര മ്ലേച്ഛമായൊരു വ്യവസ്ഥ ലോകത്തൊരിടത്തും ഉണ്ടായിക്കാണില്ല.

ക്രിസ്തുമതത്തിൽ ചേർന്ന നാടാർ സ്ത്രീകൾ, മാറുമറച്ചതിനെതിരെ നെയ്യാറ്റിൻകരയിലെ സവർണ്ണഹിന്ദുക്കൾ നടത്തിയ അതിക്രമങ്ങളെ ചോദ്യം ചെയ്തുകൊണ്ട് 1822–ൽ ആരംഭിച്ച പ്രക്ഷോഭണമാണ് കേരളത്തിലെ നവോത്ഥാനത്തിന്റെ പ്രഥമാധ്യായം. ഏഴുവർഷം നീണ്ട സമരങ്ങൾക്കൊടുവിൽ പിന്നോക്കക്കാർ നാണംമറയ്ക്കാൻ പാടില്ല എന്ന് ഉത്തരവിടുകയാണ് മഹാറാണി ചെയ്തത്. പക്ഷേ 1859–ൽ ഈ അവകാശം പിടിച്ചെടുത്തുകൊണ്ടാണ് ഈ യുദ്ധം അവസാനിച്ചത്.

ഈഴവസ്ത്രീകൾ മുലമറച്ച് 'അച്ചിപ്പുടവ' ഇട്ടതിനെതിരെ കലാപവുമായെത്തിയവരെ സായുധമായി നേരിട്ട ആറാട്ടുപുഴ വേലായുധപ്പണിക്കർ (1825–1874) ജാതിവിരുദ്ധ പോരാട്ടത്തിലെ ആദ്യ രക്തസാക്ഷിയാണ്. അധഃസ്ഥിതർക്കായി പണിക്കർ ക്ഷേത്രം സ്ഥാപിച്ച് പ്രതിഷ്ഠ നടത്തിയത് നാരായണഗുരു ജനിക്കുന്നതിനും 4വർഷം മുമ്പാണ്.

തെക്കൻ തിരുവിതാംകൂറിനെ ഇളക്കിമറിച്ച മറ്റൊരു പോരാളിയായിരുന്നു വൈകുണ്ഠസ്വാമി (1809–1851). ഒരു ജാതി, ഒരു മതം, ഒരു ദൈവം, ഒരു ലോകം മനുഷ്യന് എന്ന മുദ്രാവാക്യമുയർത്തുക മാത്രമല്ല, രാജഭരണത്തിനെതിരെ സമരം നടത്തുകകൂടി ചെയ്ത ഇദ്ദേഹം സ്ഥാപിച്ച സംഘടനയുടെ പേര് 'സമത്വ സമാജം' എന്നായിരുന്നു.

അസ്പൃശ്യർക്ക് വഴിനടക്കാനും അക്ഷരം പഠിക്കാനും ആയുധമെടുക്കേണ്ടിവന്നു. അതിനായി ഒരു വർഷം നീണ്ടുനിന്ന കാർഷികവിപ്ലവം അരങ്ങേറിയത് കൃത്യം നൂറുവർഷം മുമ്പാണ്. അയ്യങ്കാളിയും അദ്ദേഹം സ്ഥാപിച്ച 'സാധുജന പരിപാലന സംഘ'വുമായിരുന്നു സായുധ കലാപങ്ങൾക്കു നേതൃത്വം നൽകിയത്. വൈക്കം സത്യഗ്രഹത്തിനും കാൽ നൂറ്റാണ്ടുമുമ്പ് വഴികൾ പിടിച്ചെടുത്തുകൊണ്ട് സമരം ചെയ്താണ് അയ്യങ്കാളി രംഗത്തെത്തിയത്. അധഃസ്ഥിത പെണ്ണുങ്ങൾ കല്ലയും മാലയും അറുത്തെറിഞ്ഞ് ബ്ലൗസ് ധരിക്കാൻ തുടങ്ങിയ പെരിനാട്ടു കലാപത്തിന്റെ മുഖ്യസംഘാടകനും ഇദ്ദേഹമായിരുന്നു. ആത്മീയതയെയും മതത്തെയും പാടെ തള്ളിക്കളഞ്ഞു. ജാതിവിരുദ്ധമായി ജനങ്ങളെ സമരാങ്കണങ്ങളിൽ നയിച്ച അയ്യങ്കാളിയാണ് യഥാർഥത്തിൽ കേരള നവോത്ഥാനത്തിന്റെ പിതാവ്.

മതത്തെ നിരാകരിച്ചുകൊണ്ട് അടിമകളുടെ സ്വാതന്ത്ര്യത്തിനു വേണ്ടി കലാപം അഴിച്ചു വിട്ടുകൊണ്ട് പൊയ്കയിൽ യോഹന്നാൻ (കുമാരഗുരു) ദളിതരുടെ ആത്മാഭിമാന പ്രസ്ഥാനത്തിനു നേതൃത്വം നൽകി. ജാതിയെ നിരാകരിച്ചുകൊണ്ട്, *ബൈബിൾ* അധഃസ്ഥിതരുടെ അടിമത്വമാണെന്നു പ്രഖ്യാപിച്ച് തീയിലേക്കു വലിച്ചെറിഞ്ഞ് തിരുവിതാംകൂറിലെ അടിമജനതയെ സംഘടിപ്പിച്ച ഗുരു സ്വതന്ത്രമായൊരു സംഘവും സാഹിത്യവും തുറന്നുകൊടുത്തു.

നവീകരണ പ്രക്ഷോഭങ്ങൾ

ആത്മീയതയെ പൂർണ്ണമായി നിരാകരിച്ചുകൊണ്ടല്ലെങ്കിലും ജാതിവിരുദ്ധവും മതനിരപേക്ഷവുമായ ഒരു കാഴ്ചപ്പാട് ഉയർത്തിക്കൊ

ണ്ടുവന്ന നാരായണഗുരു ഏറെ സ്വീകാര്യനായി. ഈഴവർക്കിടയിൽ ഗുരു ഉയർത്തിവിട്ട പരിഷ്കരണ നടപടികൾ ഇതര സമുദായാംഗങ്ങൾക്കും ഏറെ പ്രചോദനമായി. ജീവിതാന്ത്യത്തോടെ ജാതിനശീകരണത്തിലേക്കു വികസിച്ച ഗുരു സാമൂഹ്യ നവീകരണത്തിന്റെ തനതു ഭാഷ ആവിഷ്കരിക്കുകയായിരുന്നു. (ഡോ. പൽപ്പുവും കുമാരനാശാനും സഹോദരൻ അയ്യപ്പനുമാണ് ഇതിന് അദ്ദേഹത്തെ സഹായിച്ചത്). സാമൂഹ്യാന്ധതകൾക്കെതിരെ വിദ്യയുടെയും സംഘടനയുടെയും പ്രസക്തിയെ അദ്ദേഹം സാക്ഷീകരിച്ചു.

ദളിതരുടെ അവകാശസമരങ്ങൾക്ക് മധ്യകേരളത്തിൽ നേതൃത്വം നൽകിയ പണ്ഡിറ്റ് കറുപ്പൻ, വടക്കൻകേരളത്തിന്റെ മനഃസാക്ഷിയായി മാറിയ വാഗ്ഭടാനന്ദൻ, മതത്തെ നിരാകരിച്ച്, മനുഷ്യൻ നന്നാകാൻ മനസ്സ് നന്നായാൽ മതിയെന്നു പ്രചരിപ്പിച്ച ബ്രഹ്മാനന്ദ ശിവയോഗി, ബുദ്ധമതത്തിലൂടെ മോചനം പ്രഖ്യാപിച്ച മിതവാദി കൃഷ്ണൻ, സാഹിത്യത്തെ ആയുധമാക്കിയ കുമാരനാശാൻ, കാലഘട്ടത്തിന്റെ വെല്ലുവിളികളെ നെഞ്ചേറ്റിയ ഡോ. പൽപ്പു, വൈക്കം സത്യഗ്രഹനായകനായ ടി കെ മാധവൻ, ഗുരുവായൂർ സത്യഗ്രഹത്തിന്റെ പ്രോദ്ഘാടകൻ എ കെ ജി, പാലിയം, ഗുരുവായൂർ സത്യഗ്രഹത്തിൽ രക്തസാക്ഷികളായ ഏ ജി വേലായുധൻ, ടി കെ ബാലൻ, മലയാളി മെമ്മോറിയലിന്റെ സംഘാടകൻ ജി പി പിള്ള തുടങ്ങി എത്രയെത്ര വ്യക്തികളും പ്രസ്ഥാനങ്ങളുമാണ് കേരളത്തിന്റെ ഇന്നലകളെ ജനകീയവും മാനവികവുമാക്കിയത്.

പ്രക്ഷോഭണങ്ങൾ അധഃസ്ഥിത പിന്നാക്കക്കാർക്കിടയിൽ മാത്രമായിരുന്നില്ല. നമ്പൂതിരിയെ മനുഷ്യനാക്കാനും നമ്പൂതിരി സ്ത്രീകൾക്കു നാണം മറയ്ക്കാനും അക്ഷരമറിയാനും വേണ്ടി അവരെ നാലുകെട്ടിന്റെ തമസിൽ നിന്നും പുറത്തേക്ക് ആനയിച്ച വി ടി ഭട്ടതിരിപ്പാട് യുക്തിവാദിയായിരുന്നു. മറക്കുട തല്ലിപ്പൊളിച്ച് പുറംലോകം കണ്ട പ്രിയദത്തയും ദേവകിയും അവർക്കൊക്കെ താങ്ങും തണലുമായ എം ആർ ബിയും പ്രേംജിയുമൊക്കെ ബ്രാഹ്മണ്യത്തിന്റെ ആന്തര വൈകൃതങ്ങളെ അനാവൃതമാക്കി.

സത്യഗ്രഹങ്ങളുടെ വേലിയേറ്റം

തിരുവിതാംകൂറിനു പുറത്തുനിന്നുള്ളവരെ, പ്രത്യേകിച്ച് ബ്രാഹ്മണരെ മാത്രം സിവിൽ സർവ്വീസിൽ കുത്തിനിറയ്ക്കുന്നതിനെതിരെ നായർ, ഈഴവ, ക്രൈസ്തവ നേതൃത്വത്തിൽ നടന്ന മലയാളി മെമ്മോറിയൽ (1891) ജനാധിപത്യ മുന്നേറ്റങ്ങളുടെ സംഘടിത രൂപമായിരുന്നു. അതിന്റെ ഗുണഫലം നായന്മാർക്കു മാത്രമായപ്പോൾ അതിൽ പ്രതിഷേധിച്ചുണ്ടാക്കിയതാണ് ഈഴവ മെമ്മോറിയൽ (1896).

വൈക്കം ക്ഷേത്രപരിസരത്തെ തീണ്ടൽപലക മറികടന്നുകൊണ്ട് 1924 മാർച്ച് 3ന് ഉദ്ഘാടനം ചെയ്യപ്പെട്ട വൈക്കം സത്യഗ്രഹം ജാതി അനീതികൾക്കെതിരായ സമരമായി മാറി. 603 ദിവസം നീണ്ടുനിന്ന സമര

ത്തെ ജനകീയമാക്കിയത് യുക്തിവാദി പെരിയോറാണ്. സമരം ലക്ഷ്യ വേധിയായില്ലെങ്കിലും കേരളത്തെ ഇളക്കിമറിക്കുകയുണ്ടായി.

സംഘർഷഭരിതമായിരുന്നു ഗുരുവായൂർ സത്യഗ്രഹം. കേളപ്പനും എ കെ ജിയും പി കൃഷ്ണപിള്ളയും കേരളീയനുമൊക്കെ നയിച്ച പ്ര ക്ഷോഭണം ക്ഷേത്രം പൂട്ടിയിടുന്നതിലേക്ക് എത്തിച്ചു. സ്വാതന്ത്ര്യാനന്തര ഭാരതത്തിൽ വഴിനടക്കാനുള്ള അവകാശത്തിനായി നടത്തിയ പാലിയം സത്യഗ്രഹത്തിൽ (1948) സമരനേതാക്കൾ രക്തസാക്ഷികളായി.

ദൈവ–മത–ആത്മീയതയുടെ മറവിൽ ജാതി ജന്മി സവർണാധി പത്യം നടപ്പാക്കിയ രാഷ്ട്രീയ അധിനിവേശത്തിനെതിരെ പ്രക്ഷോഭണം നയിക്കുന്നതിൽ ആത്മീയ–ദൈവ–മതങ്ങൾ വിലങ്ങുതടിയായില്ല. സമര രംഗങ്ങളിൽ അണിനിരന്നവരൊക്കെതന്നെ മതനിഷേധികളും നിരീശ്വര വാദികളുമായിരുന്നു. മതവിരുദ്ധ ജാതി വിരുദ്ധ നിലപാടുകൾക്ക് പൊതു സ്വീകാര്യതയുണ്ടായി. ജനകീയ സംവേദാത്മകമായ സമരങ്ങളിൽ നിർ ണായക പങ്കു വഹിച്ചത് ഭൗതികവാദചിന്താഗതിക്കാർ തന്നെയാണ്. കേര ളത്തിന്റെ നവോത്ഥാനചരിത്രത്തിൽ യുക്തിദർശനത്തിനുള്ള പങ്ക് അത്ര മേൽ പ്രധാനമാണെന്ന് ചുരുക്കം.

ഗ്രന്ഥകർത്താവിന്റെ ഇതര കൃതികൾ

നാരായണ ഗുരു നവോത്ഥാന നായകനോ
ആര്യദ്രാവിഡ വിവാദവും ഭഗവദ്ഗീതയുടെ രാഷ്ട്രീയവും
ജാതിവ്യവസ്ഥിതിയുടെ രാഷ്ട്രീയ ഭൂമിക
മതവും വിദ്യാഭ്യാസവും ന്യൂനപക്ഷാവകാശവും
ജ്യോത്സ്യവും ശാസ്ത്രവും
യുക്തിവാദം എന്ത്? എങ്ങനെ? എന്തുകൊണ്ട്
മരണക്കുരുക്കുകൾ ഉണ്ടാകുന്നത്
രാമജന്മഭൂമിയോ ബാബറി മസ്ജിദോ
സംവരണത്തിന്റെ രാഷ്ട്രീയം
ഭഗവദ്ഗീത – മാനവികതയുടെ ശത്രു
പുണ്യാഹത്തിന്റെ രാഷ്ട്രീയം
വൈക്കം സത്യാഗ്രഹം – ഒരു ചതിയുടെ ചരിത്രം
എക്സ്പ്രസ് ഹൈവേ – വിനാശത്തിന്റെ സ്വപ്നപാത
നരേന്ദ്രൻ കമ്മീഷൻ റിപ്പോർട്ടും സംവരണത്തിന്റെ രാഷ്ട്രീയ വിവക്ഷകളും
സ്മാർട്ട് സിറ്റി – വികസനത്തിന്റെ പകൽക്കൊള്ള

Printed by Libri Plureos GmbH in Hamburg, Germany